அதிகாரத்தின் வாசனை

அரசியல் கட்டுரைகள்

அதிகாரத்தின் வாசனை
அரசியல் கட்டுரைகள்

கண்ணன் (பி. 1965)

கண்ணன் நாகர்கோவிலிலும் பெங்களூரிலும் கல்வி கற்றார். 1994இல் *காலச்சுவடு* இதழை மீண்டும் துவக்கி அதன் ஆசிரியர் – பதிப்பாளராகப் பணியாற்றிவருகிறார். 1995இல் காலச்சுவடு பதிப்பகத்தைத் துவக்கினார். 'தமிழ் இனி 2000' மாநாட்டின் ஒருங்கிணைப்பாளர். காலச்சுவடு அறக்கட்டளையின் முதன்மை அறங்காவலர்.

2002இல் அமெரிக்க உள்துறையின் அழைப்பின் பெயரில் அங்கு நடைபெற்ற *International Visitor Program*இல் பத்திரிகையாளராகக் கலந்துகொண்டார். பிராங்க்ஃபர்ட் புத்தகச் சந்தை நிறுவனம் நடத்தும் இளம் பதிப்பாளர்களுக்கான *Frankfurt Book Fair Fellowship Programme (2007)* இலும் கலந்துகொண்டுள்ளார். தற்போது காலச்சுவடு பப்ளிகேஷன்ஸ் பிரைவேட் லிமிட்டெடின் நிர்வாக இயக்குனராகப் பணியாற்றி வருகிறார்.

மனைவி: மைதிலி. மகன்கள்: சாரங்கன், முகுந்தன்.

தொடர்புக்கு : *kannan31@gmail.com*

ஆசிரியரின் பிற நூல்கள்

- ❖ வன்முறை வாழ்க்கை (2003)
- ❖ பதிவுகள் அழியும் காலம் (2005)
- ❖ பிறக்கும் ஒரு புது அழகு (2007)
- ❖ அகவிழி திறந்து (2011)

கண்ணன்

அதிகாரத்தின் வாசனை

அரசியல் கட்டுரைகள்

காலச்சுவடு பதிப்பகம்

அதிகாரத்தின் வாசனை ❖ அரசியல் கட்டுரைகள் ❖ ஆசிரியர்: கண்ணன் ❖ © எஸ்.ஆர். சுந்தரம் ❖ முதல் பதிப்பு: டிசம்பர் 2011, இரண்டாம் பதிப்பு: நவம்பர் 2013 ❖ வெளியீடு: காலச்சுவடு பப்ளிகேஷன்ஸ் (பி) லிட்., 669 கே.பி. சாலை, நாகர்கோவில் 629 001.

atikaarattin vaacanai ❖ Political Essays ❖ Author: kaNNan ❖ © S.R. Sundaram ❖ Language: Tamil ❖ First Edition: December 2011, Second Edition: November 2013

Published by Kalachuvadu Publications Pvt. Ltd., 669 K.P. Road, Nagercoil 629 001, India ❖ Phone: 91-4652-278525 ❖ e-mail: publications@kalachuvadu.com

ISBN: 978-93-81969-01-4

11/2013/S.No. 450, kcp 992, 18.6 (2) HLL

தைலா, தங்கு
இருவருக்கும்

பொருளடக்கம்

என்னுரை   11

மாயைகளைக் குலைக்கும் மகாமாயை   15

அன்றாட மனித உரிமை: அதிகாரத்தின் சூதாட்டம்   28

ஸ்ரீராம சேனையின் அடிச்சுவட்டில்   34

மலேசியத் தமிழரின் எழுச்சி   41

ஓட்டுப் பண்ணை 2009   50

குஜராத் மகாமசானம் : திராவிடக் கட்சிகளின் எதிர்வினை   59

இந்துத்துவ நாயகர்களை உருவாக்குவது எப்படி? –
ஒரு மதச்சார்பற்ற செயல்திட்டம்   64

சதுரங்க ஆட்டங்களின் முடிவு   70

கண்ணோட்டம்

இறுதியில் சுகவாழ்வு   79

கறுப்புக் கண்ணாடி தரிசனங்கள்   81

தலித்துகளைக் காப்பாற்றும் பொறுப்பு   86

அரசும் ஊடகங்களும்   88

புணர்ச்சி அரசியல்   91

அரசின் தாளமும் அசைந்தாடும் கலைஞர்களும்   93

எல்லாவற்றையும் மறந்துவிடலாம்   98

தலித் : அடையாளம், கவசம்   101

என்னுரை

கடந்த பத்தாண்டுகளில் நான் எழுதிய அரசியல் கட்டுரைகள் மற்றும் பத்திகளின் தொகுப்பு இந்நூல். சமகால நிகழ்வுகளாலும் வாசிப்பாலும் தூண்டப்பட்டு எழுதப்பட்ட கட்டுரைகள் இவை.

அரசியல் ஆர்வம் என்பது என் வாசிப்புடன் பிறந்த ஒன்று. நாளிதழின் தலைப்புச் செய்திகளை வாசிப்பதில் தொடங்கியது. பின்னர் தமிழில் வெளிவந்த அரசியல் மற்றும் செய்தி இதழ்கள். அடுத்த கட்டத்தில் ஆங்கில மும் இணைந்துகொண்டது. இருப்பினும் *காலச்சுவடில்* முதல் ஆறு ஆண்டுகள் அரசியல் பற்றி நான் எதுவும் எழுதவில்லை. காலண்டிதழின் கால இடைவெளி அரசிய லுக்குப் பொருந்தி வருவதல்ல. இருமாத இதழான பின்னர் ஒரு சில கட்டுரைகள் எழுதினேன். மாத இதழா னதும் என் அரசியல் பார்வையைக் *காலச்சுவடில்* எழுதும் வாய்ப்பு ஏற்பட்டது. *காலச்சுவடு* பழைய இதழ்களைப் புரட்டியபோது, மாத இதழான பின்னரே அதிக அளவில் சமகால அரசியல் பற்றிய தலையங்கங்கள், கட்டுரைகள் வெளிவந்துள்ளதைப் பார்க்க முடிகிறது. 2006 சட்டசபைத் தேர்தலில் *காலச்சுவடுக்கு* நெருக்கமான, பரிச்சயமான பலர் ஈடுபட்டனர். (மூவர் போட்டியிட்டனர். ஒருவர் வெற்றி பெற்றார்.) ரவிக்குமார், இந்திரா (ஜோதிமணி), கனிமொழி, இமையம், சல்மா, சு. வெங்கடேசன் ஆகியோரைக் குறிப் பிட்டுச் சொல்லலாம். இந்தத் தொடர்புகளின் வழி தமிழக அரசியலில் *காலச்சுவடு* அதிக ஈடுபாடு கொள்ள நேர்ந்தது. அடிப்படையில் எனக்குத் தமிழ் அறிவுஜீவிகள் அரசிய லில் நுழைந்து அதை மேம்படுத்துவர் என்ற நம்பிக்கை இருந்ததில்லை.

திமுக ஆட்சியின் ஆரம்ப நாட்களில் ரவிக்குமாரின் இலங்கை அகதிகள் முகாம் அறிக்கை தொடர்பாகவும் அவரது முதல் சட்டமன்ற உரையின் தொடர்ச்சியாகவும் சில ஆக்க பூர்வமான முடிவுகளை கருணாநிதி மேற்கொண்டபோது எனது அவநம்பிக்கையை வலிந்து மாற்றிக்கொள்ள முயன்றேன். அது நீங்க மறுத்து அடம்பிடித்தது. நெய்தல் அமைப்பு நாகர்கோவி லில் 14.07.2006 அன்று ரவிக்குமாருக்கு நடத்திய பாராட்டுக் கூட்டத்தில் என் உரையில் இந்த மனநிலை வெளிப்படுகிறது.

ரவிக்குமாரின் தேர்தல் அரசியல் பிரவேசத்திற்கு நான் எதிர்ப்புத் தெரிவித்திருந்தேன். அரசியல் அவரோடு இரண்டறக் கலந்திருப்பது எனக்கும் உவப்பானதுதான். ஆனால் அவரது தேர்தல் பிரவேசத்தால் அவரது கருத்துச் சுதந்திரம் பாழ்பட்டுவிடும் என்னும் பயமும் காலச்சுவடு ஆசிரியர் குழுவிலிருந்து அவர் விலக நேரிடுமே என்ற கவலையும் அந்த எதிர்ப்பிற்குப் பின் னிருந்தன. தமிழகச் சமூக யதார்த்தங்கள் தொடர்பான பல கூட்டு மௌனங்களைத் தன் கருத்துகளால் தொடர்ந்து கலைத்து வருபவர் அவர். இனிச் சட்டமன்ற உறுப்பின ராகப் பல அரசியல் யதார்த்தங்களைக் கணக்கில் கொண்டு அவர் செயல்பட வேண்டியிருக்கும். இதைத் தமிழ்க் கருத்துலகிற்கு ஓர் இழப்பாகத்தான் இப்போதும் கருதுகிறேன்.

இருப்பினும் ஒரு மாற்றத்தை அதனால் ஏற்படும் இழப்பு களின் அடிப்படையிலேயே அளக்க முடியாது. அதனால் ஏற்படும் சாதகங்களையும் பார்க்க வேண்டியிருக்கிறது. தேர்தல் முடிந்த இந்த இருமாத காலத்தில் ரவிக் குமாரின் செயல்பாடுகள் ஏற்படுத்தியிருக்கும் நல்ல தாக்கங்கள், முந்தைய தயக்கங்களையும் மீறி மகிழ்ச்சி அளித்திருக்கின்றன. தமிழகத்தின் இன்றைய சூழ்நிலை யில் ஓர் அறிவுஜீவியால் அரசியலில் சாதகமான தாக்கத்தை ஏற்படுத்த முடியாது என்ற எனது வலுவான எண்ணத்தை மறுபரிசீலனை செய்ய வேண்டிய மகிழ்ச்சி யான ஒரு நிலை இப்போது ஏற்பட்டுள்ளது...

குறிப்பாக ஈழத்திலிருந்து வரும் அகதிகள் பற்றி இன்று தமிழகத்தில் ஏற்பட்டுள்ள கவனத்திற்கான பெருமை ரவிக்குமாருக்கு உரியது. கடந்த தேர்தலின்போது யாருமே ஈழத் தமிழர் பிரச்சினை பற்றிப் பேசவில்லை. ரவிக் குமாரின் முதல் சட்டமன்ற உரை இந்தக் கூட்டு மௌனத் தைக் கலைத்திருக்கிறது. அகதிகளின் அவல நிலையைக் கவனப்படுத்திய அவரது செயல்பாடுகள், நமது

மனிதாபிமானமற்ற அணுகுமுறையை வெளிப்படுத்தி
யிருக்கின்றன . . .

தமிழக எழுத்தாளர்களின் வெகுஜனப் பண்பாட்டு நுழைவு
என்பது பொதுவாக ஆபாசமானது. மெட்டுக்கும் துட்டுக்
கும் தமது ஆன்மாவைக் கழற்றிவிட்டு ஆடும் ஆளுமை
களையே நாம் இதுவரை அதிகமும் பார்த்துவருகிறோம்.

ரவிக்குமாரின் அரசியல் நுழைவு என்பதும் ஒருவகையில்
வெகுஜனப் பண்பாட்டிற்குள் அவர் ஆழமாக இறங்கி
யிருக்கும் விஷயம்தான். ஆனால் அவர் தனது ஆன்மா
வின் துடிப்புகளைத் தமிழக மக்களின் துடிப்பாக மாற்றும்
முயற்சியில் தனது எழுத்தாற்றலையும் பேச்சாற்றலை
யும் சிந்தனையையும் இப்போது ஈடுபடுத்தி வருகிறார் . . .

முடிவில் என் அவநம்பிக்கையே வெற்றிவாகை சூடியதில்
எனக்குச் சிறிதும் மகிழ்ச்சியில்லை. அந்த அவநம்பிக்கையின்
சிறந்த உதாரணமாக ரவிக்குமார் பின்னர் திகழ்ந்ததில் எனக்கு
ஆழ்ந்த துக்கமுண்டு. நான் பழகிய ஆளுமைகளில் அதிகப்
படைப்பூக்கமும் சுயசிந்தனையும் கொண்டவர். அவருடைய
தார்மீகச் சிதைவு ஒரு தனிநபரின் வீழ்ச்சி அல்ல. நம் அறிவுச்
சூழலுக்கு ஏற்பட்ட இழப்பு.

○

ஒரு விஷயத்தை எவ்வாறு அணுக வேண்டும் என்பதற்குத்
தமிழில் ஒரு சில முற்போக்குச் சட்டகங்கள் உள்ளன. சற்றே
முயன்றால் இவற்றை ஒரு மென்பொருளாக வடிவமைத்துவிட
முடியும். அதன் பின்னர் தினசரி செய்திகளை உள்ளீடு செய்யச்
செய்ய முற்போக்குக் கட்டுரைகளைத் தகவல் பிழை, இலக்கணப்
பிழை, மொழிச் சிதைவு இன்றி அதுவே தயாரித்துவிடும்.
தமிழகத்தின் பல அறிஞர்களுக்கு ஓய்வு கொடுத்துவிடலாம்.

முற்போக்கு அறிஞர்களின் இந்நிலை கல்லாமையாலோ
அறிவின்மையாலோ ஏற்படுவதல்ல. தாங்கள் அறிந்த உண்மை
களை அதன் பின்னணி, காரணிகளுடன் அவர்கள் துணிந்து
எழுதுவது இல்லை. எழுத்து என்பது இவர்களுக்கு முற்போக்
குக் கண்ணாடியின் முன் செய்யும் 24 x 7 ஒப்பனை. தூங்கும்
போது காற்று பிரிந்தால்கூட அது முற்போக்கு வாசனை வீசுமா
என்ற கவலை. சிந்தனை ரீதியாக இவ்வாறு கட்டுப்படுத்தப்
பட்ட, மிரட்டப்பட்டவர்களால் புதிய சிந்தனைகளை, புதிய
பார்வைகளை வழங்க முடியாது.

பல்வேறு செய்திகளுக்கு எதிர்வினையாக எழுதப்பட்ட
இக்கட்டுரைகள் தமிழ் நவீனச் சிந்தனையில் ஏதோ சில உடைவு

களை ஏற்படுத்திவிட்டதான எண்ணம் எதுவும் எனக்கு அந்த ரங்கமாகக்கூட இல்லை. ஆனால் நிச்சயமாக முற்போக்குக் கண்ணாடியில் நான் செய்த ஒப்பனைகள் அல்ல இவை. மாறு பட்ட பார்வைகளை நோக்கித் தமிழின் 'முற்போக்கு'க் கட்டுப் பெட்டிகளால் வீசப்படும் முத்திரைகள், அவதூறுகள் எதுவும் என் எண்ணங்களை வெளிப்படுத்தத் தடையாக இருப்பதில்லை. இப்பார்வைகள் காலப்போக்கில் பழையனவாகும்போதும் சில பிழையானவையாக மாறும்போதும் இவை என்னுடைய சிந்தனைகள்தாம். என் எழுத்துகள்தாம். சரியாகவும் பிழை யாகவும் நான் எழுதும் எல்லாச் சொற்களுக்கும் நானே பொறுப்பு. இக்கட்டுரைகளைத் தொகுத்து வெளியிட இதுவே குறைந்தபட்சத் தகுதி என்று நம்புகிறேன்.

நாகர்கோவில்   **கண்ணன்**

26.12.2011

மாலைகளைக் குலைக்கும் மகாமாலை

எங்கிருந்து வருகுவதோ – ஒலி
யாவர் செய்குவதோ ?   (பாரதி)

இந்திய ஜனநாயகத்தை நிர்ணயிக்கும் ஒரு திருப்பு முனையில் இருக்கிறோம் என்று எண்ண வலுவான காரணிகள் உள்ளன. இந்திய ஜனநாயகத்தின் வருங் காலத்தை நிர்ணயிக்கும் இத்தகையதொரு சூழல், நெருக்கடிநிலைக்குப் பின்னர் உருவாகவில்லை. ஒரு பக்கம் ஊழல் மேல் ஊழலாக அம்பலப்பட்டு நிற்கும் இந்திய ஆளும் வர்க்கம். கடுமையான குரலில் பேசும் உச்ச நீதிமன்றம். தோண்டித் துருவும் ஊடகங்கள். பெரும் சண்டித்தனத்திற்குப் பிறகு இயங்கத் தொடங்கியிருக்கும் புலனாய்வுத் துறைகள்.

நெருக்கடிநிலைக்கும் இன்றைய நெருக்கடிக்கும் சில முக்கிய வேறுபாடுகள் உண்டு. அன்று மக்களுக்கு ஜெயபிரகாஷ் நாராயண் ஒரு விடி வெள்ளியாக அரசியல் வானில் தெரிந்தார். இன்று இந்திய அரசியலில் கறை படிந்த குள்ளர்களே நிரம்பியுள்ளனர். 'கையெடுத்துக் கும்பிட'ப் பொற்சுடரான ஆளுமைகளே இல்லை. அன்று தனியார் நிறுவனங்கள் பெரும் சக்தியாக இல்லை. இன்று இந்திய அரசியலையே நிர்ணயிக்கும் அதிகார மாக அவை உள்ளன. அன்று ஊடகவியலாளர்கள் பலர் நெருக்கடி நிலையை எதிர்த்துப் போராடும் நம்பிக்கை நட்சத்திரங்களாக இருந்தனர். இன்று ஊழலின் சடையில் பேன்களைப்போலப் பல ஊடக நாயகர் களும் நாயகிகளும் காட்சியளிக்கின்றனர்.

இக்காவியத்தின் நாயகி நீரா ராடியாவின் மீது மத்திய அரசு சந்தேகம்கொண்டு தேச விரோத நடவடிக்கைகளுக் காகவும் வருமான வரி ஏய்ப்புக்காகவும் அவரைக் கண் காணித்தது. வருமான வரித் துறையால் அதிகாரப்பூர்வமாகப் பதிவு செய்யப்பட்ட நீரா ராடியாவின் தொலைபேசி உரை யாடல்களின் கசிவுகள் இந்தியப் பெருமுதலாளிகள் மற்றும் ஊடகவியலாளர்கள் பற்றிய புதிய புரிதலை இந்தியர்களிடம் ஏற்படுத்தியுள்ளன. அரசியல்வாதிகள், அதிகாரிகள், ஊடகவிய லாளர்கள் என அதிகாரவர்க்கத்தினர் சதியாடிய அரங்கை – அதிகாரம், பணம், பெண்மை இன்னும் பல வசீகரங்கள் புழங்கிய அரங்கை – உற்றுநோக்கச் சிறிது வெளிச்சத்தை இந்த உரையாடல்கள் பரவவிட்டுள்ளன. ஆ. ராசா மட்டுமல்ல இன்னும் பலர் மத்திய அமைச்சர்களானதன் பின்னணியில் பெரு முதலாளிகளே உள்ளனர் என்பதும் இந்த அமைச்சர்கள் எந்த எந்தத் தொழிலதிபர்களின் கட்டுப்பாட்டில் உள்ளனர் என்பதும் ராடியா பதிவுகளில் அம்பலப்படுகிறது.

இந்த உரையாடல்களை ஒரு இலக்கியப் பிரதியைப் போல வாசிக்க வேண்டும். உரையாடல்களின் சொற்களை விட உபபிரதிகளே முக்கியமானவை. ராடியாவின் பல தொலை பேசி எண்களிலிருந்து 2007இலும் 2009இலும் பதிவுசெய்யப் பட்ட பல நூறு மணி நேரப் பதிவு அரசிடமும் இன்று உச்ச நீதிமன்றத்தின் வசமும் உள்ளது. இதில் எடிட் செய்யப்பட்ட நூற்றுக்கணக்கான உரையாடல்கள் இணையத்தில் கிடைக் கின்றன. நாளொரு ஊழலும் பொழுதொரு அம்பலமுமாகப் புதிய புதிய பதிவுகள் வெளிவந்த வண்ணமுள்ளன. கரிசனம் உள்ள அனைவரும் அவற்றை அவசியம் கேட்க வேண்டும். பரிசீலிக்க வேண்டும். ஏனெனில் சொற்களைவிடத் தொனி முக்கியம். பல ஊகங்களுக்கும் முடிவுகளுக்கும் இடம்தரும் பின்நவீனத்துவ விளையாட்டாகவும் உங்கள் பரிசீலனையை நீங்கள் அமைத்துக்கொள்ளலாம். இந்தியாவின் மிகப் பெரிய நிறுவனங்களான ரிலையன்ஸ் மற்றும் டாடாவின் முகவரான ராடியாவால் அரசியல்வாதிகளை, கார்ப்பரேட் தலைவர் களை, ஊடகவியலாளர்களை, அதிகாரிகளை எப்படித் தன் வழிக்குக் கொண்டுவர முடிகிறது என்பது முதல் கேள்வி. இந்தக் கேள்விக்கான விடையைக் கிடைக்கப்பெறும் ஆதாரங் களிலிருந்தும் ஆதாரப்பூர்வமான ஊகங்களிலிருந்தும் அவரவர் உருவாக்கிக்கொள்ள வேண்டும். பற்பல விடைகள் தோன்ற லாம். ஆனால் அவற்றின் மீது படுபாதகர்களின் சாயைகள் விழுந்துகிடப்பது உறுதி.

இவ்வுரையாடல்களிலிருந்து எழும் மற்றொரு துலக்கமான சித்திரம் – இந்திய ஜனநாயகத்தின் நான்கு தூண்களும் (நாடாளு மன்றம், அதிகாரவர்க்கம், நீதித் துறை, ஊடகத் துறை) எப்படி

 கண்ணன்

காா்ப்பரேட் அதிகாரத்திற்கு விலைபோகின்றன என்பது. இன்று இந்த யதாா்த்தத்தை இப்பதிவுகள் ஆதாரப்பூா்வமாக நம் முகத்தில் அறைந்துள்ளன. ராடியா பதிவுகளில் ஆறில் ஒரு பங்குகூட இன்னும் வெளிவரவில்லை. இவை முழுமை யாக வெளியானால் இந்தியாவின் அதிகாரப் பண்பாடு பற்றிய புதிய வெளிச்சம் நமக்கு நிச்சயம் கிடைக்கும். ஆனால் இதைப் பெருமுதலாளிகள் விரும்பாதது இயல்பு. ஆனால் நமது உச்ச நீதிமன்றமும் இவை பொதுமக்கள் பாா்வைக்கு வருவதை விரும்பவில்லை என்றே தோன்றுகிறது. அம்பலப்படும் நிறுவனங் களின் வரிசையில் நீதித் துறையும் இடம் பெறும் என்பது காரணமாக இருக்கலாம். தொலைபேசி உரையாடல்களை அரசு பதிவுசெய்வதைப் பிரதமா் நியாயப்படுத்துகின்றாா். ஆனால் அவை மக்கள் பாா்வைக்கு வருவதை அவா் விரும்ப வில்லை. ஆனால் இப்பதிவுகளின் அடிப்படையில் மன்மோகன் சிங்கின் அரசாங்கம் எந்த நடவடிக்கையும் அவை வெளியாகும் வரை எடுக்கவில்லை என்பது அதன் 'நோ்மையை'த் தெளிவு படுத்திவிடுகிறது. அரசின் உட்கிடக்கையை மக்கள் அறிவதை அரசாங்கம் தடைசெய்யவே விரும்பும். நமது ஊடகங்களில் பலவும் இவற்றைத் திட்டமிட்டு மறைக்கின்றன. 'கச்சையான தகவல்' என்ற அபத்தக் கருத்தைக் காரணம் காட்டித் தாங்களும் அம்பலப்படும் ஒலிப்பதிவுகளை ஒலிபரப்ப மறுக்கின்றனா். ராடியா ஒலிப்பதிவுகள் *Outlook* மற்றும் *Open* இதழ்களில் வெளியானதும் அவற்றைச் செய்தியாக்கவும் ஆராயவும் கிட்டத் தட்ட எல்லா நிறுவனமயப்பட்ட ஊடகங்களும் தயங்கின. ஊடகவியலாளா்கள் அம்பலப்பட்டு நிற்கும் செய்தியைப் பரப்ப ஊடகங்கள் விரும்பவில்லை. இந்நிலையில் இணையம் ஒரு மாற்று ஊடகமாகச் செயல்பட்டு நிறுவனமயப்பட்ட ஊடகங்களுக்கு நெருக்கடியை ஏற்படுத்தி ராடியா பதிவுகளை எதிா்கொள்ள வேண்டிய நிா்ப்பந்தத்தை ஏற்படுத்தியது.

அரசியல்வாதிகளைப் பற்றி இந்திய மக்களுக்கு இருக்கும் பொதுக்கருத்து மிகக் கேவலமானது. எனவே ராடியா ஒலிப் பதிவுகளில் அவா்களின் பொதுப் பிம்பத்திற்குப் பாதிப்பு இல்லை, தனிப்பட்ட அரசியல்வாதிகள் பலரின் முகத்திரைகள் கிழிந்துள்ளன என்றபோதிலும். முக்கியமாக அம்பலப்பட்ட விஷயம் காா்ப்பரேட்டுகள் தமது பெரும் பணத்தால் எவ்வாறு ஊடகங்களைக் கட்டுப்படுத்துகின்றன என்பதுதான். இதுவும் அறியப்படாத விஷயம் அல்ல. ஆனால் இப்போதுதான் இதை ஆதாரப்பூா்வமாக நிறுவ அவசியமான சான்றுகள் கிடைத் துள்ளன. இந்திய ஆங்கிலத் தொலைக்காட்சியின் நாயகியான பா்கா தத், காா்ப்பரேட்டுகளுக்கும் காங்கிரசுக்கும் இடையில் தரகராகச் செயல்பட்டு, ஆ. ராசாவைத் தொலைத்தொடா்புத் துறை அமைச்சராக அறிவிக்கக் காங்கிரஸை நிா்ப்பந்தித்து,

காரியம் சாதித்தமையை ராடியா ஒரு உரையாடலில் பாராட்டுணர்வுடன் குறிப்பிடுகிறார். புகழ் பெற்ற பத்திரிகையாளர் வீர் சங்வி தனது வாராந்திரப் பத்திகளை ராடியாவின் பிரச் சாரத்திற்குப் பயன்படுத்தினார் என்பது உறுதிப்பட்டுள்ளது. தில்லியின் பற்பல முக்கிய பத்திரிகையாளர்களுடன் ராடியா நெருக்கமாக உரையாடுகிறார். அவர்கள்வழி காரியத்தைச் சாதிக்கிறார். பத்திரிகையாளர்கள் பலர் ராடியாவிடம் விலை போனமை மீடியா பற்றிய பிம்பத்தை வாசகர்களின் பார்வை யில் சிதறடித்துவிட்டது. ஊடக அரங்குகளின் அந்தரங்கங்கள் அம்பலப்பட்டமையே ராடியா விவகாரத்தின் மிக முக்கிய மான பின்விளைவு.

2

வஞ்சனையே பெண்மையே மன்மதனாம் பொய்த்தேவே
நெஞ்சகமே தொல்விதியி நீதியே பாழுலகே   (பாரதி)

இனி இதன் தமிழகப் பரிமாணங்கள். கருணாநிதி குடும்பத் தினரின் சூதுவாதும் தமிழகத்தின் மீது கார்மேகம்போல இன்று படிந்து கிடக்கின்றன. இது அவர்களுக்குப் பணம் கொட்டும் மேகம். நமக்கு இது தமிழக அரசியலின் கோட்பாட்டுச் சாயங் களைக் கரைத்து நம் அரசியல், அதிகார வர்க்கத்தை அம்மணப் படுத்தும் யதார்த்தச் சொரிவாகக் கடவது.

இன்று ஆங்கில ஊடகங்கள் ராடியா விவகாரத்தின் பரிணாமங்களைப் பரவலாக விவாதிக்கின்றன. கறைபடிந்த ஊடகவியலாளர்களும் சம்பந்தப்பட்ட அரசியல் தலைவர் களும் அதிகாரிகளும் – ஏன் உச்ச நீதிமன்ற முன்னாள் தலைமை நீதிபதிகள்கூட – பரிசீலனைக்கு உள்ளாகின்றனர். தமிழகத் தொலைக்காட்சிகளோ மயான மௌனத்துடன் கிடக்கின்றன. (ஜெயா டிவி மட்டும் அம்மாவின் குரலாக ஒலித்து வருகிறது.) இந்த மயான மௌனம் யதேச்சையானது அல்ல. மத்தியில் கூட்டணி ஆட்சி ஏற்பட்டு அதில் திமுக பங்கேற்ற சாபம் இது. மாறன் குடும்பம் திட்டமிட்ட போட்டியாளர்களை உரிமம் மறுத்தும் மிரட்டியும் ஒடுக்கியும் தயாரித்த மௌனம். இதன் விளைவாகச் சுதந்திரமாகச் செய்திகளைத் தரும் அரசியல் கட்சி சாராத தனியார் சேனல் ஒன்றுகூட இல்லாத இழிநிலை இன்று தமிழகத்தில் உள்ளது.

அச்சு ஊடகங்களில் இப்பிரச்சினைகளை விவாதிக்க இருக்கும் இடமும் மட்டானது. ஊடக நிறுவனத்தினர் சிலரை வழக்குகளில் சிக்கவைத்துத் திமுக மட்டுப்படுத்தியுள்ள வெளி யில் எஞ்சியிருப்பவை தினமணியில் சில செய்திகள், கார்ட்டூன் கள், கட்டுரைகள், ஆனந்த விகடனில் திருமாவேலன் பக்கங்கள், கல்கியில் வெளிவரும் ஞானியின் 'ஓ பக்கங்கள்', பிறகு 'புலனாய்வு' இதழ்களில் ஆந்தை, குருவி, சாமியார் பேசும் படங்களற்ற

காா்ட்டூன் பக்கங்கள். ஆங்கில ஊடகவியலாளா்கள் சிலா் விலைபோனமை இந்திய அளவில் செய்தி. தமிழகத்தில் அது செய்தியே அல்ல. நாய் மனிதனைக் கடித்தால் செய்தியே அல்ல. மனிதன் நாயைக் கடித்தால் தானே செய்தி! எனவே நமக்குத் தமிழக ஊடகச் செயல்பாடுகள் பற்றிய விவாதங்கள், பரிசீலனைகள் எவையுமே அவசியம் அல்ல.

வட இந்தியா பற்றிய திராவிட இயக்க உரையாடல்களின் அடி நாதங்களில் ஒன்று 'பாா்ப்பன – பனியா ஆதிக்கம்'. இதுவே இன்றைய யதாா்த்தமும் என்பது தேசிய அரசியல் பற்றிய மேலோட்டமான பாா்வையாலேயே அம்பலப்பட்டு விடும். ராடியா உரையாடல்கள் அறியத்தரும் முக்கியச் செய்திகளில் ஒன்று எவ்வாறு பாா்ப்பன – பனியா கூட்டு – ரத்தன் டாடா, அனில் அம்பானி, பா்கா தத், வீர் சங்வி, நீரா ராடியா, சங்கர் ஐயா், தருண் தாஸ் – தொலைத் தொடா்புத் துறை திமுகவுக்குக் கொடுக்கப்படவும் அதிலும் தலித்தான ஆ.ராசா வுக்குக் கிடைக்கவும் சகல முயற்சிகளையும் மேற்கொண்டது என்பது. கொள்ளை லாபம் பாா்க்கும் வாய்ப்பின் முன்னா் இனமும் சாதியும் மறைந்த வேகம் கண்டு நாம் நம்பிக்கை கொள்ள வேண்டும்.

தமது ஊழல் கருவியாகச் செயல்பட ஏன் திமுகவை அவா்கள் தோ்ந்தெடுத்தாா்கள்? திமுக அளவு வலுவான சக்தி யான மம்தாவின் திரணமுல் காங்கிரசை ஏன் தோ்ந்தெடுக்க வில்லை? மம்தா ஊழல்வாதி அல்ல. அவா் கட்சிக்கும் ஊழல் தொழில் அல்ல. பிற எந்தக் கட்சியுமே ஒரு குடும்பத்தின் சுய நலத்திற்காகத் தேசத்தையே விற்கத் துணிந்ததல்ல எனப் பாா்ப்பன – பனியா கூட்டுக் கணக்கிட்டுள்ளது என்பதை அவா் களின் தோ்வு காட்டுகிறது. கோடிகளைக் கொள்ளையடிப்பதில் யாரும் யாருக்கும் சளைத்தவா்கள் அல்ல எனினும் ஒரு தேசத் தின் மொத்த வருமானத்தின் கால்பகுதியைக் கொள்ளையடிக்க யாா் தோ்ந்த கூட்டாளி என்பதே கேள்வி. கூட்டுக்கொள்ளைக் குத் திமுகவே சரியான பங்காளி என்பது அவா்களின் தோ்ந்த முடிவு. அதிலும் ஏன் ராசா? ஏன் தயாநிதி மாறன் கூடாது? தயாநிதி மாறன் தனக்கான செயல்பாடுகளும் திட்டங்களும் கணக்குகளும் கொண்டவா். ஆ.ராசா அரசியல் வலுவோ மக்கள் ஆதரவோ இல்லாதவா். சிறுபான்மைச் சாதியைச் சோ்ந்தவா். கருணாநிதி குடும்பத்திற்காற்றிய சேவகத்தின் மூலம் உயா்ந்தவா். காா்ப்பரேட் மோஸ்தருக்கும் ஆண்டிமுத்து ராசா வுக்கும் இடையில் உறவை இதப்படுத்தவும் காா்ப்பரேட்டுகள் அதிகாரத்தின் சதுரங்காட்டத்தில் வெல்லத் தனது எந்தையை யும் தாயையும் சிறுமைப்படுத்தவும் அவா்தம் கண்ணை மறைத்துக் காரியத்தைச் சாதிக்கவும் இழிசெயல்களுக்கு நாசூக்குகளால் மெருகேற்றவும் கனிமொழி கருணாநிதி இருக்கிறாா்.

நீரா ராடியாவிடம் உரையாடும் கனிமொழி கருணாநிதி, தமிழக முதல்வர் பற்றி உருவாக்கும் சித்திரம் தில்லி அரசியலில் அவர் திக்குத் தெரியாத காட்டில் சிக்கியிருப்பவர் போன்றது. தன்னை இந்திய அரசியல் அரங்கில் நிகரற்ற சாணக்கியராகக் கருதிக்கொள்ளும் ஒருவரை இதைவிடச் சிறுமைப்படுத்த முடியாது. பிரதமர் நம் முதலைமச்சருடன் உரையாடினார் என நாளிதழ்களில் இனிப் படிக்கும்போது 'பிரதமர் மெது வாகப் பேசுவார். அப்பாவிற்குச் சரியாகக் காது கேட்காது' என்ற கனிமொழி கருணாநிதியின் கூற்றை நினைத்துக்கொள் ளுங்கள். தாயைப் பற்றி ராடியாவிடம் 'அவர் உளறிக் கொட்டிக் காரியத்தைக் கெடுத்துவிடுவார்' எனப் பாசத்துடன் சொல் கிறார். கனிமொழி கருணாநிதியின் பிடியில் இருப்பவர் ஆ. ராசா என்பது பார்ப்பன – பனியா கூட்டின் புரிதல். அமைச்சரான பின்னர் ஒருகட்டத்தில் ஆ. ராசா கோர்ட்டின் தீர்ப்பை மீறி ரத்தன் டாடாவின் ஏவலுக்கு ஏற்பச் செயல்படத் தயங்குகிறார். டாடா ராடியாவிடம் முறையிட ராடியா கனிமொழி கருணா நிதியுடன் பேசிவிட்டு, டாடாவிடம் கூறுகிறார் "கனியிடம் பேசினேன். கனி விபரங்களை ஒரு குறிப்பாக எழுதித் தரச் சொன்னாள். ராசாவை மரியாதையாக நடக்கச் சொல்வதாக உறுதியளித்தாள்!" அமைச்சராவதற்குத் தயாநிதிமாறன் பாட்டி தயாளு அம்மாளிடம் 600 கோடி கொடுத்தார் என ராடியா, ரத்தன் டாடாவிடம் தெரிவிக்கிறார். இதனடிப்படையில் அமைச்சர் பதவியைப் பேரனிடமே பேரம்பேசி விற்பவராகக் கருணாநிதி ஊடகங்களில் இன்று எள்ளிநகையாடப்படுகிறார். இந்தச் செய்தியை அல்லது அவதூறை ராடியாவிடம் யாரெல் லாம் கூறியிருக்க முடியும் என ஆதாரப்பூர்வமாக ஊகித்துப் பாருங்கள்.

திமுக / ராசாவின் பிற்காலச் செயல்பாடுகள் பார்ப்பன – பனியா கூட்டின் கணக்கு மிகச் சரியானது என்பதை நிரூபிக் கின்றன. ஆ. ராசாவின் வீட்டையும் நட்பையும் உறவையும் சி.பி.ஐ. சோதனையிட்டது மானக்கேடு அல்ல என உரைக்கும் மானங்கெட்ட தலைமை வேறு எந்தக் கட்சிக்கு உண்டு?

திமுக தலைமை வரித்துக்கொண்ட இந்த நிலைப்பாட் டின் உட்கிடக்கை சிபிஐயின் இரண்டாம் கட்டச் சோதனை களில் தெளிவுபட்டது. ஊடகங்கள் ஆ. ராசாவை, 'ஸ்பெக்ட்ரம் ராஜா' என அழைத்து அவரை மையப்படுத்தியே 2ஜி ஊழலை விவாதித்துவந்தன. சிபிஐ சோதனைகளுக்குப் பிறகு மையம் அவர் மட்டுமல்ல, கனிமொழி கருணாநிதியும் ராசாத்தி அம்மாளும்கூட மையங்கள்தாம் என்பது உறுதிப்பட்டுள்ளது. ஆ. ராசாவைத் தொலைத்தொடர்புத் துறை அமைச்சராக்கு வதில் தளுக்கு ஆங்கிலம் முதல் தற்கொலை மிரட்டல்வரை

பிரயோகித்துக் கனிமொழி கருணாநிதியும் ராசாத்தி அம்மாளும் உடன் நின்றதன் காரணி இப்போது வெளிப்பட்டுள்ளது. சிபிஐ சோதனை ஜெகத் கஸ்பரை எட்டி, இந்திய வரலாற்றி லேயே சிபிஐயால் ரெய்ட் செய்யப்பட்ட முதல் கிறிஸ்தவப் பாதிரியார் என்ற சிறப்பை அவருக்கு நல்கியதும் அதிர்ச்சி யடைந்த கனிமொழி கருணாநிதி 'எங்களுக்கு வேண்டியவர் களைக் குறிவைத்து சிபிஐ ரெய்ட் செய்வது நியாயமல்ல' என்று அறிக்கைவிட்டார். 2ஜி ஊழலின் மையம் தாங்கள்தாம் என்ற உட்கிடக்கை வாக்குமூலமாக இவ்வறிக்கையில் வெளிப் பட்டுள்ளது. சிபிஐயை அரசியல் மேலாண்மையின் கீழிருந்து அகற்றித் தனது மேல் பார்வையின் கீழ் உச்ச நீதிமன்றம் கொண்டுவந்து தீவிரமாக ஆராயும்படி உத்தரவு பிறப்பித் திருக்கும் நிலையில் அதன் செயல்பாடுகள் மேலும் தீவிர மடையக் கூடும். முதல்வரின் கலக்கம் அவர் முகத்தில் படர்ந் திருக்கிறது. ஊழலுக்கு நீங்கள் நெருப்பா கருணாநிதி ?

3

"தொலைத்தொடர்புத் துறை அமைச்சராக ஆ.ராசா இருப்பதே நல்லது. அவர் கீழ்ப்படிந்து நடப்பார். நான் உறுதியளிக்கிறேன். அவர் கீழ்ப்படிந்து நடப்பார்."

(It is better to have A. Raja in the Telecom Ministry. He will behave himself. Trust me, he will behave himself.)

நீரா ராடியா

*(இந்தியத் தொழில் துறைக் கட்டமைப்பின் (CII)
தலைவர் தருண் தாஸிடம்)*

சோனியா காந்தியும் மன்மோகன் சிங்கும் ராடியா விவகாரத்தை எதிர்கொள்ளும் விதம் ஒரு ஜனநாயக நாட் டிற்குப் பெரும் தலைக்குனிவை ஏற்படுத்துவது. வரலாறு காணாத ஊழல், அமைச்சரவையின் உருவாக்கத்தில் பெரு முதலாளிகளின் தலையீடு ஆகியன அம்பலப்பட்டிருக்கும் நிலையில் இவர்கள் எதைப்பற்றிப் பேசுகிறார்கள் என்பது முக்கியம். சோனியாவின் எதிர்வினை மன்மோகன் சிங் அப்பழுக் கற்றவர் என்பதுதான். எல்லா ஊடகங்களும் மன்மோகன் சிங்கிற்குக் 'கைச்சுத்தம்' சான்றிதழ் வழங்காமல் ஊழல்பற்றிப் பேசுவதே இல்லை. பிரதமர் கோடிகளைக் கொள்ளை அடித்துக் கடல் கடந்து அனுப்பாதவராக இருக்கலாம். ஆனால் அவர் ஆ. ராசாவையும் ஊழல்வாதிகள் பலரையும் அமைச்சரவை யில் ஏற்றுக்கொண்டார் என்பது உண்மை. அவர்கள் நாட்டின் மொத்த வருமானத்தில் கால்பகுதியை அடித்துமாற்றியபோது பிரதமர் அறிதுயிலிலிருந்தார். பின்னர் அவருடைய அரசு,

உச்ச நீதிமன்றம் கண்டிக்கும்வரை ஊழலை விசாரிக்க சிபிஐயை அனுமதிக்கவில்லை. இதில் கூட்டணித் தர்மத்தைவிட 'கார்ப்பரேட்' தர்மத்தை அவர் கடைப்பிடித்துள்ளமை ராடியா ஒலிப்பதிவுகளில் தெளிவுபெறுகிறது. பதவிக்காக இவ்வாறு மதிப்பீடுகளைத் துறந்து செயல்படுவதும் ஊழல்தான். ஊழல் என்பது பணத்திற்காகச் சமரசப்படுவது மட்டுமல்ல; பதவிக் காகச் சோரம்போவதும் ஊழல் தான். இவ்வகையில் பிரதமர் 'கைச்சுத்தம்' என்ற சோனியாவின் பிரச்சாரம் அபத்தமானது; ஊழல் பற்றிய கொச்சையான புரிதலின் அடிப்படையிலானது.

சில ராடியா ஒலிப்பதிவுகள் பல மாதங்களுக்கு முன்னரே வெளிவந்தன. இப்போது தொடர்ந்து வெளிவருகின்றன. இதைப் பற்றி மன்மோகன் சிங் தொடர்ந்து மௌனம் சாதித்தார். பின்னர் பேச முடிவுசெய்தபோது அவர் வெளிப்படுத்திய கவலை அவர் பெரு முதலாளிகளின் கைப்பாவை, இந்தியர் களின் பிரதமராகச் செயல்படும் தகுதி கொண்டவர் அல்ல என்பதை உறுதிப்படுத்தியது. ராடியா பதிவுகள் எழுப்பும் ஆட்சியாளர்களில் அறம் இன்மை சார்ந்த எந்தக் கேள்வியை யும் அவர் எதிர்கொள்ளவில்லை. இதில் அம்பலப்பட்டு நிற்கும் பெருமுதலாளிகளின் மனக் கவலை நீங்க அவர் பேசினார். டாடா, அம்பானி போன்றோரின் அந்தரங்க உரிமை பாதிக்கப்பட்டுவிட்டதாம்!

இன்று இந்த நாட்டில் தனது தொலைபேசி பதிவுசெய்யப் படுகிறதோ என்ற அச்சம் இல்லாத அரசியல்வாதிகள், அதிகாரி கள், பத்திரிகையாளர்கள் இன்னும் பொதுவாழ்வில் செயல் படுபவர்கள் எவரும் இல்லை. இவை பெரும்பாலும் சட்ட விரோதமாகச் செய்யப்படுபவை. இது பற்றிய செய்திகளும் பதிவு செய்யப்படும் எண்களின் பட்டியலும் கண்டனங்களும் ஏற்பட்டுக் கொண்டே இருக்கின்றன. இவை எதுவும் நம் பிரதமரைத் தொட்டுச் சலனப்படுத்தவில்லை. ஆனால் டாடா, அம்பானியின் அந்தரங்கம் வெளிப்பட்டதும் அவர்தம் கவலை யைப் போக்கப் பொங்கி எழுகிறார் பிரதமர்! உடனே ராடியா ஒலிப்பதிவுகள் எப்படி வெளியாயின என்பதை அறியக் காபினெட் செயலாளரை விசாரிக்க உத்தரவிடுகிறார். ராடியா பதிவுகள்வழி வெளிப்பட்டிருக்கும் ஊழலின் ஊற்றுக்கண் களைப் பரிசீலிக்க அவரிடம் எந்தச் செயல்திட்டமும் இல்லை. என்ன வெட்கக்கேடு இது!

4

"கருணாநிதிக்கு என்ன நடக்கிறது என்றே தெரியாது...
அவரிடம் தற்கொலை செய்துகொள்வதாக மிரட்டு
கிறாள் மகள் கனி, ஒரு மனைவியும் மிரட்டுகிறாள்"

(He has one daughter Kani who will commit suicide and
one wife saying I will do this . . .)

நீரா ராடியா

(தருண் தாஸிடம்)

தமிழ் ஊடகங்கள்வழி உருவாகும் கனிமொழி கருணாநிதி
யின் பிம்பம் தனிக்கதை. கையூட்டு, உளவுத் துறை இதழியல்,
அதிகார நெருக்கம் தரும் போதை ஆகியன நம் ஊடகவிய
லாளர்களை வசப்படுத்தும் முறைகள். நம் ஊடகங்களில்
கனிமொழி கருணாநிதியைக் குறிப்பிடும்போது 'எளிமை' என்ற
சொல் இடம்பெறாமல் இருக்கவே இருக்காது – பேட்டி காணப்
படும் அவர்தம் வீடு மாடக் கோபுரமாகவே இருந்தாலும்.
எளிமை பற்றிய தமிழக ஊடக அன்பர்களின் புரிதல் சிறு
பிள்ளைத்தனமானது. பகட்டான ஆடை அணியாமல், பெரியார்
குறிப்பிடும் 'நகை ஸ்டாண்டு' போலக் காட்சி தராமல், அலங்
காரங்களில் திளைக்காமல் இருந்தால், அது 'எளிமை'. சிபிஐ
ரெய்டுகள் தொடங்கும்வரை கனிமொழி கருணாநிதிமீது ஒரு
ஈ கூட அமர்ந்து விடாமல் ஊடக அன்பர்கள் அவரைக்
காப்பாற்றிய கரிசனம் கண்கலங்கச் செய்வது. இந்த வாரம்
அவர்மீது ஒரு ஈ அமர்ந்துவிட்டது என ஒரு வரி இடைப்
பிறவரலாக வந்துவிட்டால் அடுத்து வரும் இதழ்களைக் கவன
மாகப் படிப்பேன். அது ஈ அல்ல வண்ணத்துப் பூச்சிதான்,
கனிக்கு அழகு சேர்க்கவே அது வந்தமர்ந்தது என்ற விளக்கம்
இருப்பது உறுதி.

கனிமொழி கருணாநிதியைப் பற்றிய மற்றொரு பிம்பம்
அதிகாரத்திற்கு ஆசைப்படாத அவரது பற்றற்ற நிலை பற்றியது.
ராசாத்தி அம்மாளின் அற்புதமான பேட்டி *ஆனந்த விகடனில்*
(17.02.2010) வெளிவந்தது. 'கனிமொழி ஒரு துறவி' என்பது
அதன் தலைப்பு. இலக்கிய நயத்தோடு எழுதப்பட்ட பேட்டி.
அதைப் படித்தால் இதை எழுதியது ராசாத்தி அம்மாளா
என்னும் வியப்பு ஏற்படவே செய்யும். (பேட்டி எனப்படுவது
பேசி ஒலிப்பதிவு செய்யப்படுவதல்லவா என அப்பாவித்தன
மாகக் கேட்காதீர்கள் நண்பர்களே) அதிகாரத்திற்கு ஆசைப்
படாமல் தன்னை உருக்கிக்கொண்டு மக்களுக்காகக் கனிமொழி
கருணாநிதி பணியாற்றுவதாக ஒரு தாய்க்கே உரிய பெருமிதத்
தோடு சொல்லியிருந்தார் ராசாத்தி அம்மாள். (இந்தப் பேட்டி
யையும் அதனுடன் வெளிவந்த முழுப் பக்கப் புகைப்படத்தை
யும் 'கட்டுடைத்து' ஒரு கட்டுரையே எழுதலாம்) தமிழக
ஊடகங்கள்வழி உருவாகும் பிம்பமும் இதுவே. இந்தப் பின்னணி
யில் ராடியா டேப்புகளில், தமிழக ஊடகங்கள் கவனப்படுத்தத்
தவறிய (கட்டுரையின் இறுதியில் பார்க்க) இந்த உரையாடல்
மிக முக்கியமானது.

நான் உங்களுக்குப் பண்டு – சாசனஞ்செய்து
நலமாய்த் தந்ததுண்டு
தோன்றலே நீ சொல்லுஞ் சொற்படிச் செய்கிறேன்
பான்மையாக நித்தம் பக்தியாய் உய்கிறேன்

கோபால கிருஷ்ண பாரதியார்
(நந்தன் சரித்திரம்)

திமுகவின் செயல்பாடுகள் ஊடாகவும் ராடியா உரை யாடல்கள் வழியும் உருவாகும் ஆ.ராசாவின் தலித் அடை யாளம் விரிவான விவாதத்திற்கு உரியது. திமுக தலைவர் கருணாநிதி 'தலித்' என்ற சொல்லை அழுத்தமாகப் பயன் படுத்தத் தொடங்கியிருப்பது ஆ.ராசாவை முன்னிட்டுத்தான். இதற்கு முந்தைய காங்கிரஸ் கூட்டணி ஆட்சியில் தயாநிதி மாறன் வெளியேற்றப்பட்டு ஆ.ராசா அமைச்சராக்கப்பட்ட போது இப்பயன்பாடு தொடங்கியது. இந்த 'தலித்' சீட்டைக் கருணாநிதிக்கு 'இலக்கிய' வட்டத்தின் தாக்கம் பெற்ற கனி மொழி கருணாநிதி எடுத்துக்கொடுத்திருக்கும் சாத்தியப்பாடு உண்டு.

ஆதவனின் 'காகித மலர்கள்' (1977) நாவலில் அமைச்சர் ஒருவர் தனக்கு உவப்பற்ற வளர்ச்சித் திட்டத்தைக் காலிசெய் யும் பொறுப்பைத் தன் துறை உயர் அதிகாரியிடம் கொடுப் பார். அதிகாரி உரிய காரணிகளைத் தேடிக்கொண்டிருக்கும் நிலையில் அமெரிக்காவிலிருந்து வந்திருக்கும் அவர் மகன் ஒரு உரையாடலில் அங்கு உருவாகிவரும் சுற்றுச்சூழல் விழிப்புணர்வுபற்றிப் பகிர்ந்துகொள்வார். சுற்றுச்சூழல் பாதிப் பைக் காரணம்காட்டித் திட்டத்தைக் காலிசெய்வார் அதிகாரி. புதிய விழிப்புணர்வுகளைத் தமது சுய லாபத்திற்காக அதிகார வர்க்கம் எப்படிச் சுரண்டும் என்பதை ஆதவன் முப்பது ஆண்டுகளுக்கு முன்னர் வெளிப்படுத்தியது தீர்க்கதரிசனம்தான்.

'இரண்டாம் தலைமுறை ஊழல்' அம்பலப்படத் தொடங்கிய பின்னர், 2009இல் ஏற்பட்ட புதிய அமைச்சரவையின் உருவாக் கத்தில் தயாநிதி மாறனை ஒதுக்கிவிட்டு மீண்டும் ஆ.ராசா வையே தொலைத்தொடர்புத் துறை அமைச்சராக்கத் தலித் அடையாளம் தீவிரமாகப் பயன்படுத்தப்படுகிறது. இம்முறை ராசாவுக்காக வாதாடிய நீரா ராடியாவிடம் இந்தத் துருப்புச் சீட்டை யார் எடுத்துக்கொடுத்திருப்பார்கள் என்பதை உங்கள் ஊகத்திற்கே விட்டுவிடுகிறேன்.

பின்னர் ஊழல் தெளிவாக அம்பலப்பட்டு ஆ.ராசாவை ஊடகங்கள் குறிவைத்துத் தாக்கத் தொடங்கியதும் கருணாநிதி

யும் கனிமொழி கருணாநிதியும் அவர்தம் பதவியைக் காப்பாற்ற, விசாரணையைத் தடைசெய்ய, ஊழலை மூடிமறைக்க அவ ருடைய தலித் அடையாளத்தைக் கூச்சநாச்சமின்றிச் சுரண்டி னார்கள். இன்று ஆளும் கூட்டணியில் எவரைவிடவும் நெஞ்சுறுதி யுடன் ஊடகங்களையும் விசாரணையையும் உட்கட்சி சதி களையும் எதிர்கொள்பவர் ஆ. ராசாதான். கருணாநிதியின் கைத்தடியாகச் செயல்படும் 'கௌரவம்' அவருக்கு இப்போது மறுக்கப்பட்டுவிட்டது. உடன் வலம்வந்த கனிமொழி கருணா நிதியை சிபிஐயும் ஊடகங்களும் ஆ.ராசாவைச் சூழும் எந்தத் தருணத்திலும் காணக் கிடைப்பதில்லை. ஆனால் ஆ.ராசா இன்னும் அசரவில்லை.

இத்தகைய ஊக்கம்கொண்ட ஆ.ராசாவைக் கனிமொழி கருணாநிதி, நீரா ராடியா, ரத்தன் டாடா எல்லோரும் கையாளும் விதத்தில் தலித் பற்றிய அவர்கள் பார்வை உள்ளிடையாக வெளிப்படுகிறது. மாறனுக்கு நிகராக அதிகாரப் போட்டியில் ஈடுகொடுக்க முடியாதவராக, விசுவாசம் அற்றவராக அவரைப் பார்க்கிறார் டாடா. அமைச்சரான பின்னர் அவர் நடை முறைகள் மேம்பட அவருக்குப் பாடம் எடுக்கிறார் ராடியா. தனக்கும் கனிமொழி கருணாநிதிக்கும் அடிபணிந்து நடப்பார் ஆ. ராசா என்று அனைவருக்கும் உறுதியளிக்கிறார் ராடியா. டாடாவுக்குத் தேவைப்படும்போது கனிமொழி கருணாநிதி ஆ.ராசாவுக்கு எச்சரிக்கை விட ராடியாவிடம் உறுதியளிக் கிறார். கனிமொழி கருணாநிதியும் ராசாத்தியம்மாளும் ஆ. ராசா வையும் பாதுகாத்துக் கரையேற்ற வேண்டிய பொறுப்பையும் வரித்துக் கொண்டுள்ளனர். ஆ. ராசாவைப் பற்றி டாடாவும் ராடியாவும் (பின்புலத்தில் கனிமொழி கருணாநிதியும்) தமக்குள் கிண்டலடிக்கின்றனர். போதிய விசுவாசமற்ற ஆனால் வழிக்குக் கொண்டுவந்துவிடக்கூடியவராக, அடிபணிந்து நடக்கக்கூடியவ ராக, தம்மால் காப்பாற்றப்படவும் மெருகேற்றப்படவும் வேண்டியவராக அவரைப் பார்க்கின்றனர். அவரோடு விளை யாடவும் எச்சரிக்கை விடவும் செய்கின்றனர். தம்மை ஆ. ராசா வின் 'மேய்ப்பன'ாகக் கருதிக்கொள்கின்றனர். இந்த அணுகு முறையில் அவரது சாதிய அடையாளம் இவர்களின் பிரக்ஞை யில் நீக்கமற நிறைந்திருப்பது வெளிப்படுகிறது. 'தலித்' என்ற அடையாள அரசியலை இவர்கள் சுரண்டினாலும் இவர்களின் செயல்பாடுகள் வழியும் உரையாடல் வழியும் உருவாகிவரும் ஆ.ராசாவின் பிம்பம் அம்பேத்கர் உருவாக்கிய தலித்தாக அல்ல புதிய ஆண்டைகளிடம் இரக்கத்தைக் கோரும் புதிய நந்தனாகவே உருவாகி வருகிறது. அக்னிகுண்டத்தில் பிரவேசிக்க வைப்பார்களா?

◯

நாள் : மே 29, 2009. நேரம் : காலை 9:27

கனிமொழி கருணாநிதி : ஹலோ

நீரா ராடியா : ஹாய்! குட் மார்னிங்

கனி : மன்னிக்கவும். உங்களை எழுப்பிவிட்டேனா?

நீரா : இல்லை இல்லை. சற்றுமுன்பே விழித்துவிட்டேன்.

கனி : எனக்கு ஒன்று தெரிய வேண்டும். அதாவது, எனக்கு என்ன அமைச்சர் பதவி தர அவர்கள் (காங்கிரஸ்) திட்டமிட்டிருக் கிறார்கள்?

நீரா : ம்ம். நான்தான் நேற்றிரவே சொன்னேனே! நாம்பேசிய பிறகு அவர்களிடம் பேசினேன். நான் சொன்னேன் 'சுகாதாரத் துறை பற்றி யோசியுங்கள். கண்டிப்பாகச் சுற்றுச்சூழல் மற்றும் வனத் துறைகளைக் கொடுங்கள். சுகாதாரம் தனிப் பொறுப்பு அல்ல என்றால் விமானப் போக்குவரத்தைக் கொடுக்கப்பாருங்கள்.' இந்த மூன்றும்தான் சொன்னேன். அவர்கள் உறுதியாக எதுவும் சொல்லவில்லை. ஆனால் தகவலைச் சொல்ல வேண்டிய இடத்தில் சொல்வார்கள்.

கனி : சுற்றுலாத் துறைக்கு முயல்வதில் அர்த்தமில்லையா?

நீரா : சுற்றுலாத் துறை தனிப் பொறுப்பாகத் தரமாட்டார்கள் கனி. ஏனென்றால் குலாம் நபி ஆசாத்திற்கு இன்னும் துறைகள் ஒதுக்கவில்லை. அவருக்கு நாடாளுமன்றத் துறையுடன் வேறு துறைகளும் வேண்டுமாம்.

கனி : சரி.

நீரா : அதுதான் நான் சுற்றுலாத் துறை பற்றிப் பேசினேன். ஆனால் தெரியவில்லை ... அது காபினட் போஸ்டாக இருக்கலாம் ... உனக்கு வேண்டுமானால் இப்போதுகூடப் பேசுகிறேன் ...

கனி : சரி. நான் பட்டியலைக் கொடுத்துவிட்டேன்.

நீரா : என்ன பட்டியல் கொடுத்தாய்! அவர்களிடம் என்ன சொன்னாய்?

கனி : நான் கொடுத்தது சுற்றுச்சூழல், சுகாதாரம், சுற்றுலா, பண்பாடு ... அவர்கள் பார்த்துவிட்டுச் சொல்வதாகச் சொன்னார்கள்.

நீரா : ம்ம்.

கனி : நான் சுற்றுச்சூழலே கேட்கிறேன். ஒருவேளை சுற்றுச்சூழல் தரமாட்டார்களோ? சுகாதாரமும் தரமாட்டார்களோ?

                                                           கண்ணன்

நீரா : சுகாதாரத் துறையை ஏற்கனவே கொடுத்துவிட்டார்கள்
என்று நினைக்கிறேன்.

கனி : அப்படியானால் சுற்றுச்சூழல் கொடுப்பார்கள் இல்லையா?

நீரா : தனிப் பொறுப்பாகவா? ஆமாம். இன்று காலை பட்டியல்
கொடுத்தாய் இல்லையா?

கனி : ஆமாம்.

நீரா : பட்டியலில் விமானப் போக்குவரத்துத் துறையைச் சேர்க்க
வில்லையா, கனி?

கனி : விமானப் போக்குவரத்து மட்டுமா . . . பிரச்சினையில்லை.
அவர்கள் அதைக் கொடுத்தாலும் ஏற்றுக்கொள்கிறேன்.

நீரா : மற்றவர்கள் விஷயம் எப்படி?

கனி : என்ன கொடுக்க முடியும் என்று திரும்பி வந்து சொல்வார்களாம்.
பார்க்கலாம்.

நீரா : இன்று காலை கூட்டம் நடந்ததா?

கனி : இல்லை இன்னும் இல்லை. பத்து பத்தரைக்கு நடக்கும்.

நீரா : நீ இருப்பாய் இல்லையா?

கனி : ம்.

நீரா : மீண்டும் நீதானே இருப்பாய்? மற்றவர்கள் அல்லவே?

கனி : ஆமாம், ஆமாம்.

நீரா : அழகிரியை உன்னுடைய அப்பா பார்த்துவிட்டாரா? (தெளிவாக
இல்லை)

கனி : இல்லை.

நீரா : அப்பா உன்னுடைய வீட்டில்தான் இருக்கிறார் இல்லையா?

கனி : ஆமாம்.

நீரா : 'அவன்' (மாறன்), 'அவரிடம்' (கருணாநிதி) போனில் பேசி
யிருக்கமாட்டான் இல்லையா?

கனி : இல்லை . . . (மீதிச் சில வினாடி உரையாடல் தெளிவாக
இல்லை. பின்னர் எடிட்செய்யப்படுகிறது.)

(நம் 'பெண் பெரியார்' அமைச்சர் பதவிக்காக ஜோசியரிடம் சென்ற கதை
இன்னொரு நீரா ராடியோ – பூங்கோதை உரையாடலில் வெளிப்படுகிறது.)

காலச்சுவடு இதழ் 133, ஜனவரி 2011

அன்றாட மனித உரிமை: அதிகாரத்தின் சூதாட்டம்

மனித உரிமை பற்றிய சொல்லாடல் பொதுவாக இனப்படுகொலை, போர்க்காலக் குற்றங்கள், போலீசாரின் அத்துமீறல்கள், அரசின் அதிகாரத் துஷ்பிரயோகம் போன்றன சார்ந்து அதிகமும் நடைபெற்றுவருகிறது. இலங்கையில் தொடர்ந்து தமிழ் மக்களின் மனித உரிமை துச்சமாக மதிக்கப்பட்டு வருவதை நாம் கொந்தளிப்புடன் கவனித்து எதிர்வினையாற்றி வருகிறோம். அதிர்ஷ்ட வசமாக நம்மில் பெரும்பான்மையோரை இதுவரை மேற்படி வன்முறைகள் நேரடியாகத் தீண்டுவதில்லை. அதிர்ஷ்டவசமாகத்தான். அதிகாரத்தின் சூதாட்டத்தில் நம்முடைய தலை எப்போதுமே சிக்காது என்பதற்கு உத்தரவாதம் எதுவுமில்லை.

என்னுடைய தலை அவ்வாறு சிக்கிய ஒரு அனுபவத்தையும் பகிர்ந்துகொள்வது நமது மனித உரிமை பேணப்படுவதில் அல்லது மீறப்படுவதில் சட்டத்தின் பங்களிப்பைவிட அதிர்ஷ்டத்தின் பங்களிப்பு துலக்கமாக இருப்பதை விளங்கிக்கொள்ள உதவும்.

1998ஆம் ஆண்டு நெல்லையில் மதுரை ரோட்டில் இருக்கும் ஒரு விடுதி அறையில் நான்கைந்து நண்பர்கள் கூடினோம். காலச்சுவடு பதிப்பகம் வெளியிட்ட புதுமைப் பித்தனின் தொகுக்கப்படாத / பிரசுரம் பெறாத படைப்புகளின் தொகுப்பு 'அன்னை இட்ட தீ' அப்போதுதான் வெளிவந்திருந்தது. எனவே ஒரு கொண்டாட்ட மனநிலை அறையில் இருந்தது. அறை எடுத்திருந்த நண்பர் ரூம் பாயை அழைத்து இரண்டு பாட்டில் பீர் வாங்கிவரப் பணித்தார்.

அறை கிண்டலும் சிரிப்புமாக அதிர்ந்துகொண்டிருந்தது. திடீரென்று முன் கதவைக் காணாமிருகக் கூட்டம் வந்து முட்டுவதுபோலச் சத்தம். அறை அமைதியானது. கதவு திறக்கப்பட்டது. வெளியே போலீசார் கூட்டம் நின்றிருந்தது. இன்ஸ்பெக்டர் எல்லோரையும் கைதுசெய்யப்போகிறோம் என்று அறிவித்தார். விடுதி அறையில் மது அருந்துவது சட்டப் படிக் குற்றம் என்பது அன்றுதான் எனக்குத் தெரிந்தது.

இங்குக் கவனத்திற்குரிய விஷயம் நம்முடைய காலனி யாதிக்கச் சட்ட அமைப்பில் நாம் சாதாரணமாக அன்றாட வாழ்க்கையை நகர்த்திச் செல்லும்போதுகூடக் குற்றம் இழைத்துக் கொண்டே இருக்கிறோம். நமது அரசு பெருந்தன்மையாக நம்மை விட்டுப்பிடித்துக்கொண்டிருக்கிறது. எப்போது பிடிப்பார் கள், எப்போது விடுவார்கள் என்ற பதற்றத்தைத் தக்கவைத்துக் கொள்வதில்தான் அதிகாரத்தின் வெற்றி அடங்கியிருக்கிறது. இன்னொரு உதாரணம், சில மாதங்களுக்கு முன்னர் எங்கள் வீட்டின் முன்பாதையை ஒரு புல்டோசர் எந்த முன்னறிவிப் பும் இன்றித் திடீரென்று வந்து பிறாண்டத் தொடங்கியது. நான் பதறிச்சென்று சம்பந்தப்பட்ட அரசு அதிகாரியைச் சந்தித்தபோதுதான் வீட்டிலிருந்து மழைநீர் ரோட்டில் ஒழுகுவது குற்றம் என்பதைக் கண்டுபிடித்தேன். இப்படி என்னவெல் லாம் குற்றங்களை இழைத்துக்கொண்டிருக்கிறோம் என்பது தெரியாமலேயே நாம் வாழ வேண்டியிருக்கிறது.

ரோட்டை விரிவுபடுத்துதல் அல்லது ஆக்கிரமிப்புகளை அகற்றுதல் என்ற பெயரில் அரச ரௌடித்தனம் இங்கு அடிக்கடி நடைபெறுகிறது. எந்தவித முன்னறிவிப்போ எச்சரிக்கையோ இன்றி புல்டோசர்கள் நீங்கள் அறியாத ஆக்கிரமிப்பிற்காக உங்கள் வீட்டையோ கடையையோ அலுவலகத்தையோ இடிக்க முடியும். வசிப்பிடத்தை அழிப்பது போன்ற மிக மோசமான மனித உரிமை மீறலை இங்கு அரசாங்கமே முன்னின்று நடத்துகிறது.

அரசின் துறைகள் இதுவரை இயற்றியிருக்கும் சட்டங்களை யும் ஆண்டுதோறும் உருவாக்கும் புதிய சட்டங்களையும் நம்மிடம் தெரிவிக்க வேண்டிய அவசியம் அவற்றுக்கு இல்லை. அவர்கள் அறிவிக்காமலேயே அதைத் தெரிந்துகொள்வது நம் கடமை. நீங்கள் அறியாத சட்டத்தை அறியாமல் மீறும்போது 'சட்டம் தெரியாது' என நீதிமன்றத்தில் சொல்வது ஒரு நியாய மான பதிலாக ஏற்கப்பட மாட்டாது.

அறையிலிருந்த எங்களைப் போலீஸ் வண்டியில் ஏற்றிக் கொண்டு ஸ்டேஷன் சென்றார்கள். அது ஒரு வெள்ளி இரவு. ஸ்டேஷனில் இன்னும் சுமார் 50 நபர்கள் இருந்தார்கள்.

குடும்பத்திலிருந்து பிரிந்து பஸ் நிலையத்தில் நின்றுகொண் டிருந்த சரிவரக் கண் தெரியாத சுமார் எழுபது வயதுக் கிழவரைப் பிடித்து வைத்திருந்தார்கள். மும்பைக்கு ரயில் பிடிக்க வந்திருந்த தொழிலாளர்கள், பஸ் நிலையம் அருகில் சிறுநீர் கழித்த குற்றத்தை இழைத்திருந்தார்கள். அவர்களும் பிடிபட்டிருந்தார்கள். இப்படிப் பற்பல 'குற்றவாளி'களால் ஸ்டேஷன் நிறைந்திருந்தது. தேடிவந்த குடும்பங்கள் வெளியில் கதறிக் கொண்டிருந்தன. அன்றிரவை ஸ்டேஷனில் கழித்தோம். பல முயற்சிகளுக்குப் பிறகு மறுநாள் நண்பகலில் விடுதலை அடைந்தோம். எங்களைத் திங்கள்வரை ஸ்டேஷனிலேயே வைத்திருந்தாலும் சட்டப்படி யாரும் போலீசாரைக் கேள்வி கேட்டிருக்க முடியாது.

இக்கைதின் பின்னணி என்ன என்பதைப் பின்னர் விசாரித்தபோது கோவையில் குண்டு வைத்ததாகத் தேடப் பட்டுவந்த அல் உம்மா குற்றவாளி ஒருவர் நெல்லை வந் திருப்பதாக உளவுத் துறைத் தகவல் போலீசுக்கு வந்திருக்கிறது. எனவே சுமார் 4000 சந்தேகக் கைதுகள் நெல்லையில் அன்றிரவு நடைபெற்றுள்ளன. போலீசார் துரித நடவடிக்கை எடுத்ததாக மேலிடத்தில் காட்ட வேண்டிய புள்ளி விபரங்கள் இந்த 4000 நபர்களும். எத்தனை தொழிலாளர்கள் வண்டியைத் தவறவிட்டிருப்பார்களோ, எத்தனை குடும்பங்கள் இவர்களைத் தேடித் தெருவில் அலைந்திருப்பார்களோ, எத்தனை திட்டங்கள் உருக்குலைந்திருக்குமோ? எத்தனை அவமானங்கள், இழிவுகள், இழப்புகள்! 'சந்தேகக் கேஸ்' போன்றவை வெறும் சட்டப்பிரிவுகள் மட்டுமல்ல. காலனியாதிக்கம் என்னும் வரலாற்றுக் காயம் பொருக்காடாமல் இன்றும் அழுகித் துர் நாற்றம் வீசிக்கொண்டிருப்பதன் அறிகுறிகள் இவை. நம்முடைய சட்ட அமைப்பு முழுமையாக ஜனநாயகப்படுத்தப்படாமல் அதிகார வர்க்கத்தின் கெடுபிடியில் இருக்கும் காலகட்டம் வரை இந்தத் துர்நாற்றம் வீசிக்கொண்டேயிருக்கும்.

○

நமது சமூகத்தின் குடிமக்கள் அனைவருக்கும் சில அடிப் படையான மனித உரிமைகள் இருக்கின்றன. இருப்பினும் நம்முடைய தினசரி வாழ்க்கையில் நமது மனித உரிமைகள் பல கட்டங்களில் புறக்கணிக்கப்படுவதாக, மீறப்படுவதாக எனக்குத் தோன்றுகிறது. சுவாசிப்பதற்குச் சுத்தமான காற்று நமது அடிப்படை மனித உரிமை. ஏனெனில் சுவாசம் என்பது உயிர்நாடி. அதைவிட முக்கியமானது வாழ்விற்கு வேறொன் றும் இல்லை. இன்று சுத்தமான காற்றுக்கான உரிமை நம்மில் யாருக்கும் இல்லை. பெருமளவிற்கு மாசுபட்ட நோய்களை

உருவாக்கும் காற்றையே சுவாசித்து வாழ்கிறோம். இதேபோல நல்ல நீர், விஷ ரசாயனங்கள் கலக்காத உணவு ஆகியவற்றிற் கான நமது மனித உரிமை இன்று மதிக்கப் படுவதில்லை. தெருக்களில் பாதுகாப்பாக நடைபாதையில் நடக்கவும் சாலை யைக் கடக்கவும் நமக்கு உரிமை உண்டு. ஆனால் இன்று அந்த உரிமை இந்தியாவின் எந்த நகரத்திலும் மதிக்கப்படுவ தில்லை. வாகனங்கள் நம்மீது மோதிவிடுமோ என்ற பயத் துடன், ஒரு வேண்டப்படாத ஜந்துவைப்போல, போக்குவரத் தின் பாதையில் ஒரு இடையூறாக உணர்ந்தபடி, நாம் சாலை யில் நடக்க வேண்டியிருப்பதன் அவமானத்தை நம்மில் பலரும் உணருவதில்லை.

நமது மனித உரிமை மீறப்படும்போது நீதிக்காக நாம் செல்ல வேண்டிய இடங்கள் காவல் நிலையமும் நீதிமன்றங் களும். ஆனால் சராசரி குடிமகனை நீதிமன்றம்போல அவமதிக் கும் நிறுவனங்கள் குறைவு. எனவேதான் 'கோர்ட் வாசலை மிதிக்காதே' என்ற புதுமொழி மக்களிடையே நிலவுகிறது. நமது நீதிமன்றங்களில் நீதிக்காகப் பல நாட்கள் காத்துக்கிடக்க வேண்டும். ஊழல் மண்டிப்போன நிறுவனம் அது. அமர்வதற்கு இருக்கைகள் இருக்காது. குடிக்க நீர் இருக்காது. பயன்படுத்த நாகரிகமான கழிப்பறைகள் இருக்காது. நம்மை மனிதர்களைப் போல நடத்தும் பண்பு அங்கு யாரிடமும் இருக்காது. நம் முடைய காவல் நிலையங்களைப் பற்றிச் சொல்ல வேண்டிய தில்லை. மனித உரிமை மீறலுக்காக உருவாக்கப்பட்டுள்ள கேந்திரங்கள் அவை. பெண் காவல் நிலையங்களிலும் ஆண் காவல் நிலையங்களிலும் பால் வேறுபாடு இன்றி எல்லாப் பாலினங்களின் மனித உரிமைகளும் மீறப்படுகின்றன.

நம்முடைய அரசு அலுவலகங்களில் நுழையும் ஒரு குடிமகன் அவமானத்தில் சுருங்கிப்போகாமல் வெளியேற முடியாது. மக்கள் வரிப் பணத்தில் மிக உயர்ந்த ஊதியம் வாங்கும் அரச அதிகாரிகள் குடிமக்களை மனித உரிமை யோடு நடத்துவதில்லை. எல்லாக் குடிமக்களும் ஏதேனும் ஒரு கட்டத்தில் அரச அலுவலகங்களுக்கு அவசியம் செல்ல வேண்டியுள்ளது. சாதிச் சான்றிதழ் பெற, ரேஷன் கார்டு வாங்க, வருமானச் சான்றிதழ் பெற, பாஸ்போர்ட் வாங்க என. ஒவ்வொரு குடிமகனையும் இயன்றவரை சீரழித்து, ஊழலுக்குக் கட்டாயப்படுத்தி அனுப்பும் பொறுப்பு அரசு அதிகாரிகளிடம் உள்ளது. அரசு அலுவலகத்தில் எல்லாக் குடிமக்களும் தீண்டப்படாதவர்களாகவே நடத்தப்படுகின்ற னர், கையூட்டுக் கொடுக்கும்வரை.

மாணவர்களுக்கு ஊழலுக்கான பயிற்சியும் நிறுவனங் களின் தடித்தனத்தை எதிர்கொள்ளும் திறனும் பல்கலைக்கழக

நிர்வாகத்தால் வழங்கப்படுகிறது. கல்வி உதவித் தொகைக்காக, மறுகூட்டல் விண்ணப்பம் பூர்த்திசெய்ய எனத் தொடங்கி பட்டச் சான்றிதழ்வரை மாணவர்கள் படும் சீரழிவு பெரிய தொரு மனித உரிமை மீறல்.

அரசியல்வாதிகளும் சினிமாப் பண்பாடும் மத நிறுவனங் களும் ஒலிப் பெருக்கிகள் வழியாக நம்மீது அளவு கடந்த ஓசைகளை அன்றாடம் திணிக்கின்றனர். நம்முடைய கேட்கும் சக்தியைப் பாதிக்கும் அளவில் இருக்கும் இந்த ஒலித் திணிப்பு நம்மீது தினசரி நடத்தப்படும் அராஜகம், மனித உரிமை மீறல்.

நமது அரசியல்வாதிகளின் வருகைகளும் உலாக்களும் சராசரி மனிதனை உதாசீனம் செய்பவை. தலைவர் வரும் போதே வண்டிகளின் ஹாரனை அலற அடித்தவாறு போக்கு வரத்தை ஒதுக்கிப் பல டஜன் வாகனங்களில் அபாயகரமான வேகத்தில் செல்வது நவீன மரபு. அதிகாரத்தின் வருகைக்கு முன்னர் போலீசாருக்கு ஏற்படும் முடுக்கிவிடப்பட்ட வேகமும் உடல்மொழியும் கர்ஜனைகளும் நம் ஊரின் தெருக்களில் நம்மை அவமதிக்கின்றன. பெரும் தலைவர்கள் வருகையால் பெருநகரங்கள் ஸ்தம்பித்து லட்சக்கணக்கான மக்களின் மருத்துவமனைக்குச் செல்லுதல் போன்ற அன்றாட உரிமை களை நசுக்குகின்றது.

காசிப் பல்கலைக்கழகத்தின் திறப்பு விழாவில் 1916இல் காந்தி உரையாற்றினார். அப்பல்கலைக் கழகத்திற்கு அடிக்கல் நாட்டுவதற்கு வைஸ்ராய் லார்ட் ஹெர்டிங்கும் வருகை தந்திருந்தார். வைஸ்ராயின் வருகையை அடுத்துக் காசி நகரம் பாதுகாப்பு ஏற்பாட்டில் ஸ்தம்பித்தது. வழி நெடுக எல்லா வீடுகளிலும் போலீசார். இந்தப் பாதுகாப்பு ஏற்பாடுகள் காந்தியைக் கடுமையாகப் பாதித்தன.

"வைஸ்ராய் பனாரசின் தெருக்களின் வழியே செல்லும் போது நமக்கெல்லாம் பெரும் பதற்றம் ஏற்பட்டது. உளவுத் துறையினர் எல்லாப் பக்கமும் நின்றிருந்தனர். ஏன் இந்த அவநம்பிக்கை? வாழும் பிணமாக வாழ்வதைவிட இறந்து விடுவது லார்ட் ஹெர்டிங்கிற்கு மேலானது அல்லவா?" என்று விழா மேடையிலேயே கேள்வி எழுப்பினார் காந்தி. ஒரு தனிமனிதரின் பாதுகாப்பைவிட ஒரு நகர மக்களின் தினசரி மனித உரிமைகள் மதிக்கப்படுதலை அதிக முக்கியத்துவம் கொண்டதாகக் காந்தி உணர்ந்திருக்கிறார். இன்று இந்தப் பார்வை பயங்கரவாதமாகப் பார்க்கப்படும்.

நம்முடைய பத்திரிகைகள் காட்சி ஊடகங்களின் வழி நமது சமூக யதார்த்தங்களையும் உண்மைச் செய்திகளையும் அறிந்துகொள்ளும் உரிமை நமக்கு உண்டு. ஆனால் அந்த

உரிமையை நம்முடைய ஊடகங்கள் மதிப்பதில்லை. அதிகார அமைப்புகளைக் கேள்விக்குட்படுத்தும் நிலையிலிருந்து விலகி ஊடகங்கள் இன்று அதிகாரத்தின் பகுதியாக மாறிவிட்டன. மக்கள் அறிய வேண்டிய பல செய்திகளை ஊடகங்கள் தணிக்கை செய்கின்றன. பத்திரிகையாளர்கள், அரசியல்வாதிகள் அதிகாரி களுடன் ஊழல் கலாச்சாரத்தில் மூழ்கிவிட்டனர். இதனால் சமூகச் சூழலையும் உண்மைச் செய்திகளையும் அறிந்துகொள் ளும் நமது உரிமை பறிக்கப்பட்டு ஊடகங்களின் சுவாரசிய மான கட்டுக்கதைகளின் வாசகர்களாக நாம் மாற்றப்பட் டுள்ளோம்.

நமது நகரத்தின் உள்ளே இடம்விட்டு இடம் செல்லும் போதும் சரி, பயணங்களில் ஊர்விட்டு ஊர் செல்லும்போதும் சரி, நமக்கு எளிமையான சுத்தமான கழிப்பிடத்திற்கான உரிமை இன்று இல்லை. பஸ் நிலையங்களில் இருக்கும் கழிப் பிடங்களை நோய் உற்பத்திக்கூடங்கள் என்று அழைப்பது பொருந்தும்.

ரயில்களில் குறைந்த கட்டண வகுப்புகளின் சுகாதார நிலை மிக மோசமானது. ஓடும் ரயிலில் கழிப்பறையைப் பயன்படுத்துவது சர்க்கஸ் வித்தை கற்றிருந்தால் மட்டுமே சாத்தியம். நிற்கும் ரயிலில் கழிப்பறையைப் பயன்படுத்தாதே என்கிறது ரயில் நிர்வாகம். சுத்தப்படுத்திக்கொள்ள ஒரு தண்ணீர்ப் பாத்திரம், கொஞ்சம் சோப்பு போன்றவற்றை ஆடம்பரங்களாகக் கருதும் நமது ரயில் சேவை அவற்றை உயர் வகுப்புகளுக்கு மட்டும் வழங்குகின்றது. *Health faucet* போன்ற ஒரு எளிய, நீரைப் பீச்சியடிக்கும் சாதனம் நமது ரயில் சேவையின் உயர் வகுப்புகளை வந்தடைவது இந்தியா ராக்கெட் விட்டு சாதனை படைத்து அரை நூற்றாண்டு கடந்த பிறகு. இவற்றையெல்லாம் பொது இடங்களில் விவாதிக்காமல் ஏற்படும் அவமானங்களைத் தின்றுகொண்டே வாழ்க்கையைச் சமாளிக்கப் பழக்கப்பட்டுவிட்டோம்.

இத்தகைய பழக்கங்களிலிருந்து விலகி அன்றாட வாழ்வில் மறுக்கப்படும் மனித உரிமைகளுக்காகக் குரல்கொடுக்க வேண்டி யது மிக அவசியம். தினசரி வாழ்வைச் சுய மரியாதையோடு வாழும் குடிமக்களிடம்தான் மனித உரிமையின் பரந்த கோட் பாடுகள் பற்றிய விழிப்புணர்வை ஏற்படுத்த முடியும்.

(01.10.2009 அன்று தெ.தி. இந்துக் கல்லூரியில் 'மனித உரிமைகள்' குறித்து நடைபெற்ற மாநில அளவிலான கருத்தரங்கில் வாசிக்கப்பட்ட கட்டுரையின் விரிவுபடுத்தப்பட்ட வடிவம்.)

காலச்சுவடு இதழ் 124, ஏப்ரல் 2010

ஸ்ரீராம சேனையின் அடிச்சுவட்டில்

கர்நாடகாவின் மங்களூரில் ஒரு 'பப்'இல் – பதப் படுத்தப்படாத பீர் கிடைக்குமிடம் – இருந்த பெண்களை ஸ்ரீராம சேனை என்ற இந்துத் தீவிரவாத அமைப்பினர் இழிவுபடுத்தித் தாக்கிய சம்பவம் 'தேசிய'க் கவனம் பெற்றுள்ளது. ஆங்கில ஊடகங்களின் கவனத்தைக் கவர்ந்துவிட்டால் எதுவும் 'தேசிய'ப் பிரச்சனையாக மாறிவிடுமே! இந்திய ஆங்கில ஊடகங்களில் பிராந்தியச் செய்திகள் அருகிவரும் காலம் இது. 'தேசிய'ச் செய்தி களும் உலகச் செய்திகளும் அவற்றின் முழுநேரத்தையும் ஆக்கிரமித்து வருகின்றன. இருப்பினும் ஆங்கில ஊடகத் துறையினரின் வர்க்கமும் பண்பாடும் கேள்விக்குள் ளாக்கப்படும்போது அச்சம்பவம் 'தேசிய'க் கவனம் பெறுவது உறுதி.

இது போன்ற சம்பவங்களில் ஆங்கில ஊடகங்கள் செய்தியைப் பதிவுசெய்வதுடன் நிற்பதில்லை; செயல் பாட்டையும் தூண்டுகின்றன. ஆவேசமாகவே தூண்டு கின்றன. பொதுநலனுக்குச் சாதகமாகவும் குற்ற நட வடிக்கைகளுக்கு எதிராகவும் இவ்வாறு செயல்படுவது வரவேற்கத்தக்கதுதான். ஆனால் இலங்கையில் தமிழ் மக்கள்மீது மேற்கொள்ளப்படும் வரம்பற்ற வன்முறைக்கு எதிராக நமது ஆங்கில ஊடகத்தினர் இந்திய அரசைச் செயல்படத் தூண்டி ஆத்திரத்துடன் இயக்குவார்கள் என்று எதிர்பார்க்க முடியாது. இந்தியாவிலேயேகூட, நகர்ப்புற மேட்டுக்குடிப் பண்பாட்டைச் சாராத பெண்கள் மீது வன்முறை என்பது தினசரி நிகழ்வாக இருப்பினும் மீடியாவில் போதிய கவனம் பெறுவதில்லை. கவனம் பெறும்போது செய்தியாகப் பதிவுபெறுவதோடு சரி; செயல்பாட்டிற்கான நெருக்கடியை ஏற்படுத்தும் ஆவேசம் அவற்றில் இருப்பதில்லை.

மேற்படித் தாக்குதல் இந்துத் தீவிரவாத அமைப்பைச் சார்ந்தவர்களால் நடத்தப்பட்டுள்ளது. இவர்களது நோக்கம் பாரம்பரிய இந்துப் பண்பாட்டைக் காப்பதாகப் பார்க்கப் படுகிறது. ஆனால் இந்த நிகழ்வு எல்லா மதத் தீவிரவாதிகளின், பண்பாட்டுக் காவலர்களின் ஆமோதிப்பையும் பெறக்கூடியது என்றே நினைக்கிறேன். தமது பாரம்பரியப் பண்பாட்டைக் காக்க விரும்பும் அனைவருமே முதலில் கண்காணிப்பது பெண் களில் ஏற்படும் பண்பாட்டு மாற்றங்களைத்தான். இந்த மாற் றங்கள் இவர்களால் அத்துமீறல்களாகப் பார்க்கப்படுகின்றன. பாரம்பரியப் பண்பாட்டுக் கட்டுப்பாடுகளை வன்முறை மூலம் பெண்கள்மீது திணிக்கப் பண்பாட்டுக் காவலர்கள் எத்தனிக் கின்றனர். இருப்பினும் இத்தாக்குதல்களில் ஈடுபடும் ஆண்கள் தமது அன்றாட வாழ்வில் நடைமுறைக்கு மாறாகப் பாரம் பரியப் பண்பாட்டைக் காக்கும் செயல்பாடுகளில் அதிகமும் ஈடுபடுவதில்லை. தம்மை வந்தடையும் பிற பண்பாட்டுத் தாக்கங்களை ஏற்க மறுப்பதும் இல்லை. உடை, தொழில்நுட்பம், உணவு, இசை, கலை போன்ற விஷயங்களில் இவர்களுடைய ரசனை பொதுரசனைக்கு உட்பட்டே இயங்குகிறது. இவர்கள் கண்ணை எப்போதும் உறுத்துவது மேற்கத்திய வயப்பட்ட பெண்கள்தாம். 'நவநாகரிக' உடையும் பண்பாடும் இவர்கள் ரத்தத்தைக் கொதிக்கவைக்கின்றன.

சராசரி ஆண்களால் அன்றாடப் பாலியல் இழிவுகளுக்கு முதலில் உட்படுத்தப்படுவதும் இத்தகைய 'நவநாகரிக'ப் பெண்கள் தாம். இந்த ஆண்களின் மனங்களில் இந்த 'நவநாகரிக'ப் பெண்கள் ஏற்படுத்தும் பாலியல் பதற்றத்தையும் ஆண்மைக்குச் சவாலையும் தாழ்வுணர்ச்சியையும் ஆராயாமல் இதற்கான காரணிகளை மதத் தீவிரவாதத்திற்குள் மட்டும் அடக்குவது ஒரு எளிமையாக்கம்தான். தாம் 'அடைய' முடியாதவர்களாக இந்த ஆண்கள் நினைக்கும் 'நவநாகரிக'ப் பெண்களை இழிவு படுத்துவது பாலியல் பதற்றத்திற்கு வடிகாலாக அமைகிறது.

காலங்காலமாக இந்தியத் திரைப்படங்களில் கதாநாயகர் களின் ஆதாரமான குணாம்சம் மேட்டுக்குடிப் பெண்களை வசப்படுத்தி அடக்கி, 'இந்தியப் பண்பாட்'டிற்குள் அடைத்து விடுவதுதானே? திரைப்படத்தில் உதிரிகள் 'நவநாகரிக'க் கதா நாயகியை அவரது 'நவநாகரிக'த்தால் தூண்டப்பட்டுப் பாலியல் இழிவுக்கு உட்படுத்தும்போது நமது கதாநாயகன் அவரைக் காப்பாற்றுவார். ஆனால், அந்த நாயகனின் நோக்கம் அந்தப் பெண்ணை அவருடைய போக்கிலே சுதந்திரமாக விட்டுவிடுவ தாக ஒருபோதும் இருப்பதில்லை. அவரைப் பண்பாட்டுப் புனிதத்திற்குள் வரவழைத்து, உதிரிகள்கூட அவரைக் கையெடுத்

துக் கும்பிடவைக்கும் இந்தியத் தாயின் பிம்பமாக மாற்றி விடுவதுதான் இறுதி இலக்கு. உதிரிகள் 'நவநாகரிக்'ப் பெண் ஏற்படுத்தும் பாலியல் பதற்றத்தைச் சட்டவிரோதமாக எதிர் கொள்ளும்போது, கதாநாயகன் அதே இலக்கைச் சட்டப்பூர்வ மாக வந்தடைகிறார். இந்த வசப்படுத்தலை மேற்கொள்ள முடியாத உதிரிகளின் முறைமை இத்தகைய பெண்களைத் தாக்குதல், வசைபாடுதல், இழிவுபடுத்துதல். மதத் தீவிரவாதம் அல்லது பண்பாட்டுக் காவல் என்பன இந்தப் பாலியல் நடவடிக்கைக்குக் கோட்பாட்டுக் கௌரவத்தையும் சமூக அங்கீகாரத்தையும் ஊடகங்களில் கவனத்தையும் ஏற்படுத்தும் ஒரு கோஷா, அவ்வளவுதான்.

ஊடகங்களின் கவனம் என்றதும் *தி இந்து* நாளிதழில் (28.01.2009) வெளியான ஒரு செய்தி நமக்குத் தரும் பல செய்தி களையும் விவாதிக்க வேண்டும். 'பப்'பைப் புரட்டிப்போட்ட கும்பலை நேர்கொண்ட தீரனாகப் பவன் குமார் ஷெட்டி என்ற இளைஞரை முன்னிலைப்படுத்துகிறது இச்செய்தி. பவன், பஜ்ரங்தள் அமைப்பின் உறுப்பினர். சம்பவம் நடந்த களத்தில் அன்று எதேச்சையாக அங்கு இருந்தார். பஜ்ரங்தள் முன்வைக் கும் இந்துத்துவப் பண்பாடு அவர் 'பப்'பிற்குப் போவதற்குத் தடையாக இல்லை! 'பப்'பிலிருந்த பெண்களைத் தாக்கியவர் களை அவர் இடைமறித்ததும் கும்பலின் வெறி அவர் பக்கம் திரும்ப, பல பெண்கள் தப்பியிருக்கின்றனர். களத்திலிருந்த பெண்கள் பவனைப் புகழ, பஜ்ரங்தள் அமைப்பைத் துறந்து விட்டதாகப் பவன் அறிவிக்க, பல வில்லன்களுக்கிடையில் ஹீரோவைத் தேடும் மீடியாவின் படலம் நிறைவுபெற, நற் செய்தியுடன் கதை முடிகிறது. சுபம்.

விவாதத்திற்குரிய விஷயம் அதுவல்ல. தாக்குதலுக்கு முன்னர் பவன் 'அம்னேஷிய பப்'பின் பார்க்கிங் பகுதியில் நின்றார். அவர் கூற்றுப்படி களத்திற்கு முதலில் வந்தது தீவிர வாதிகள் அல்லர், தொலைக்காட்சிப் புகைப்படக்காரர்கள். தாக்கும் கும்பல் வருவதற்கு 15 நிமிடங்களுக்கு முன்னரே அவர்கள் வீடியோ காமராக்களுடன் வந்துவிட்டனர். படம் பிடிக்கத் தோதான இடங்களில் நின்று காத்திருந்தனர். சேனை யினர் 'பப்'பினுள் நுழைந்ததும் 'ஆக்ஷன்' என்று ஒருவர் கத்தி யிருக்கிறார். இது பவனின் வாக்குமூலம்.

நமது செக்குலர் மீடியா எந்த மதத் தீவிரவாதத்தை 'மங்களூர் தாலிபான்' என வாயில் நுரைபொங்க வசைபாடி யதோ அந்தத் தீவிரவாதத்திற்கும் ஊடகங்களுக்கும் இருக்கும் உறவை விவரிக்கும் பதிவு இது. சேனையின் கும்பல் ஏதோ

உதிரிகளின் கும்பல் அல்ல. வருவதற்கு முன்னரே ஊடகங் களைத் திரட்டிவிடும் தொடர்புகள் கொண்டது சேனை. தாக்குதல் நடைபெற இருக்கும் செய்தி குறைந்தது ஒரு மணி நேரம் முன்னரே ஊடகங்களுக்கு அறிவிக்கப்பட்டிருக்கிறது. இருப்பினும் போலீசாருக்கு விஷயம் தெரியவில்லை. 'பப்'பிலும் தெரியவில்லை.

ஊடகத் தர்மத்தின்படி, இச்செய்தியைப் போலீசுக்கு அறிவிக்கவேண்டிய கடப்பாடு அவர்களுக்கு இல்லை. 'பப்'பில் முன்னெச்சரிக்கை செய்து பெண்களைக் காப்பாற்றியிருக்க முடியும். செய்வார்களா? அதுவும் ஊடகத் தர்மம் அல்லவே! மேலும் தாக்குதல் நடக்கும்போது இடையிட வேண்டிய மனிதாபி மானமும் அவர்களுக்குத் தேவை இல்லை. இச்சம்பவத்தின் அதிர்ச்சிகரமான காட்சிகள் ஊடகங்களின் வழி 'தேசத்தை' உலுக்கும்படி செய்வதே அவர்களின் பிரதான நோக்கம். கோட் பாட்டுரீதியாக இதை ஏற்றுக்கொண்டாலும் ஒரு கேள்வி மனத்தை அரிக்கிறது. நடந்த சம்பவத்தை ஊடகங்கள் பதிவு செய்தனவா அல்லது ஊடகங்கள் பதிவுசெய்வதற்காகச் சம்பவம் நடைபெற்றதா? பயங்கரவாதத்திற்கும் ஊடகங்களுக்கும் இருக்கும் உறவு பற்றிய ஆய்வுகள், ஊடகங்கள் இல்லாமல் பயங்கர வாதம் சாத்தியமில்லை என முடிவு செய்திருப்பதை நினைவில் கொள்ள வேண்டும்.

ஸ்ரீராம சேனையின் நோக்கம் ஒரு உள்ளூர் 'பப்'பில் புகுந்து அடித்து மங்களூரின் பண்பாட்டில் தாக்கம் ஏற்படுத்து வது அல்ல. மாறாக ஊடகங்களின் முன்னர் ஒரு தாக்குதலை நிகழ்த்தி 'தேசிய'க் கவனம் பெறுவதுதான். எந்த மர்மஸ்தானத் தில் கைவைத்தால் நமது செக்குலர் ஆங்கில ஊடகங்கள் துள்ளி எழும் என்பதும் அவர்களுக்கு அத்துப்படியாகிவிட்டது. ஸ்ரீராம சேனை இத்தாக்குதலுக்குப் பிறகு இந்திய அளவில் கவனம் பெற்றுவிட்ட அமைப்பு. காதலர் தினத்தன்று கர்நாடகா வில் இணைந்து காணப்படும் ஜோடிகளுக்கு வலுக்கட்டாய மாகத் திருமணம் நடத்திவைக்கப்படும் எனப் பிரமோத் முத்தாலிக் அறிவித்தது தேசிய ஆங்கில நாளிதழ்களில் முன் பக்கச் செய்தியாகவும் தேசிய ஆங்கிலத் தொலைக்காட்சிகளில் *Breaking News* ஆகவும் அறிவிக்கப்பட்டது. 'பப்' தாக்குதலுக்குக் கிடைத்த ஊடக விளம்பரம் முத்தாலிக்கை உற்சாகப்படுத்தி அவர் செயல்தளத்தை மங்களூரிலிருந்து முழுக் கர்நாடகத்திற் கும் விரிவுபடுத்தியுள்ளது. அவர் திட்டமிட்டுள்ள நடவடிக்கையே ஆங்கில ஊடகங்கள் தரும் கவனத்தால் உருவானதுதான் என்பது என் எண்ணம். பிப்ரவரி அன்று ஊடகங்கள் சேனை யின் நடவடிக்கைக் களங்களுக்கு விரைந்தோடி வரும் என்ற

நம்பிக்கையிலேயே கட்டாயத் திருமணத் திட்டம் அறிவிக்கப் படுகிறது. ஊடகக் கவனமின்றிப் பயங்கரவாதம் சாத்தியமில்லை என்ற கூற்றின் உண்மை நம் கண்முன் நிருபணமாகியுள்ளது. தேசத்திற்கு இன்னொரு பிரவீண் தொக்காடியாவை வழங்கி யமைக்காக நமது தேசிய செக்குலர் ஊடகங்கள் பெருமைப் பட்டுக்கொள்ளலாம். பிரமோத் முத்தாலிக் இன்று இந்துத் துவத்தின் தேசியத் தலைவர்களுள் ஒருவராக உயர்ந்துள்ளார்.

மங்களூர் 'பப்'பில் நுழைந்து 'நவநாகரிக'ப் பெண்களை இழிவுபடுத்தியது இந்துத் தீவிரவாதத்தின் சிறுபான்மை அமைப் பாக இருக்கலாம். ஆனால் பெண்கள் 'பப்'பிற்குச் சென்று பீர் குடித்தால் இந்தியப் பண்பாடு சீரழிவதாகக் கொள்கிறவர் கள் சமூகத்தில் பெரும்பான்மையோர் என்பதை ஏற்றுக்கொண்டு எதிர்கொள்ள வேண்டும். நீதிபதிகள், உயரதிகாரிகள், எல்லாக் கட்சி அரசியல்வாதிகள், பத்திரிகையாளர்கள், பெண்கள், சிறு பான்மையினர் என அனைத்துத் தரப்பிலும் பண்பாட்டைப் பெண்கள் செயல்பாட்டோடு பொருத்திப்பார்த்து மதிப்பிடு பவர்களே பெரும்பான்மை. நமது செக்குலர் ஆங்கில மீடியா முன்வைக்கும் மதுக் கலாச்சாரத்தை, பாலியல் சுதந்திரத்தை ஆதரிப்பவர்கள் சிறுபான்மை. எனவேதான் பிராந்திய மொழி ஊடகங்கள் இது போன்ற செய்திகளை அதிகம் முன்னிலைப் படுத்துவதில்லை. தேசியப் பெண்கள் ஆணையம் விசாரணைக்கு வந்தபோது பாதிக்கப்பட்ட பெண்கள் பலர் விசாரணைக்கு வர மறுத்துவிட்டனர். சந்தித்தவர்களும் வெளிப்படையாக வாக்குமூலம் அளிக்கத் தயங்கியிருக்கின்றனர். பலர் மங்களூரை விட்டு ஓடி ஒளிந்துவிட்டதாக ஆணையத்தினர் தெரிவித்தனர். தொலைக்காட்சியில் பேசிய தாக்கப்பட்ட பெண்கள் பலருமே தமது முகம் காட்ட விரும்பவில்லை. தாக்கிய சேனையினர் வெளிப்படையாகப் பேசவும் செயல்படவும் முடியும்போது தாக்கப்பட்ட பெண்கள் மறைந்து திரிய வேண்டியிருப்பது நமது சமூகச் சூழலை வெளிப்படுத்துவதாக உள்ளது. இந்த யதார்த்தத்தை உள்வாங்காதவரையிலும் சுண்டெலி அமைப்பு களாக ஒதுக்கப்படுபவற்றின் ஆற்றல் பெருகவே செய்யும்.

எதிரெதிர் மதவாதங்களும் தீவிரவாதங்களும் ஒன்றை யொன்று தாக்கிக்கொண்டு வளரும் என்பது ஏற்கப்பட்ட கருத்து. இன்று மதத் தீவிரவாதிகளும் செக்குலரிஸ்டுகளும் பரஸ்பரம் தாக்கித் தம்மை வளர்த்துக்கொள்பவர்களாக மாறி வருகின்றனர். மதவாத எதிர்ப்பே நமது செக்குலரிஸ்டுகளின் பிரதானச் செயல்பாடாகச் சுருங்கிவருகின்றது. இன்னொன்று மனித உரிமை. செக்குலரிஸ்டுகளிடம் கல்வி நிறுவனங்கள் இல்லை. அவை மத நிறுவனங்களின் கையிலும் சாதியவாதிகள்

கையிலும் உள்ளன. பயிலரங்குகளும் சந்திப்புகளும் நடத்தும் மதச்சார்பற்ற மையங்கள் அரிது. இத்தகைய மையங்கள் பெருவாரி, மதச்சார்புடைய தன்னார்வ நிறுவனங்கள் கையில் உள்ளன. மதச்சார்பின்மை பற்றிய சந்திப்புகளைக்கூட மதச் சார்புடைய நிறுவனங்களிலேயே நடத்த வேண்டியுள்ளது. இளையர்கள் இணைந்து இயங்கவும் தன்னலமற்ற தொண் டாற்றவும் பொருத்தமான அமைப்புகள் செக்குலரிஸ்டுகளிடம் இல்லை. அவை மதச்சார்புடைய நிறுவனங்களின் கையில் உள்ளன. புயல், பூகம்பம் போன்ற இயற்கைப் பேரழிவுகளுக் குப் பிறகு களத்தில் இறங்கிச் செயல்படும் செக்குலர் அமைப்பு கள் பற்றிக் கேள்விப்பட்டிருக்கிறீர்களா? அவையும் மதவாதி களின் பணியாகவே உள்ளன. சேவை மையங்கள், மருத்துவ மனைகள், ஆற்றுப்படுத்தும் செயல்பாடுகள் எல்லாமே மத நிறுவனங்களின் கையில். இந்நிலையில் மதவாதிகள் இல்லாத இந்தியாவை செக்குலரிஸ்டுகளால் கற்பனை செய்யவும் முடியுமோ தெரியவில்லை.

மதச்சார்பற்ற அறிஞர்களின் முக்கியப் புகலிடமாக இன்று இருப்பது செக்குலர் ஆங்கில ஊடகங்கள்தாம். அவற்றில் அரசையும் நிறுவனங்களையும் செயல்பட இறைஞ்சுவதும் இவர்களின் செயல்பாடு. மாற்றுகளை இவர்கள் உருவாக்குவது இல்லை. இவர்கள் நாடாளுமன்ற நாகரிகங்கள், நீதிமன்றத்தின் நடுநிலை, ராணுவத்தின் புனிதம், அரச நிறுவனங்களை மேம் படுத்தல், சட்ட ஒழுங்கின் இன்றியமையாமை, இந்திய அரசியல் அமைப்பின் மேன்மை ஆகியவற்றின் கொடியை செக்குலர் ஊடகங்களில் நாட்டுகின்றனர். போற்றுதலுக்குரியதுதான் இச்செயலூக்கம். எனினும், மதத் தீவிரவாத அமைப்புகளும் உடனடித் தேசியக் கவனம் பெற இதே செக்குலர் ஊடகங் களுக்குத்தான் தமது செயல்பாடுகள் பற்றிய முன்னறிவிப்பு களைத் தந்து அவற்றின் வருகையை எதிர்பார்த்து நிற்கின்றன. செக்குலர் ஊடகங்கள் அவர்களை வெறுத்தாலும் விளம்பரத் தில் நல்ல விளம்பரம் கெட்ட விளம்பரம் என்ற பாகுபாடு இல்லை, விளம்பரமே முக்கியம் என்ற புரிதல் தீவிரவாதிகளிடம் உள்ளது. செக்குலர் ஊடகங்களுக்குத் தீவிரவாதிகள் வெளியே முள்ளென்றாலும் உள்ளே சுளை என்பது தெரியும்.

மங்களூர்த் தொலைக்காட்சி நிருபர்கள் முழுநேரப் பணி யாளர்களாக இருப்பதற்கான வாய்ப்பு குறைவு. அன்று அனுப்பி வைத்த 'பப் ஆக்ஷன்' காட்சிகள் அவர்களுக்கு நியாயமான வருவாய் ஏற்படுத்தியிருக்கும். அவர்களது வருவாயை மேலும் பெருக்கும் ஆற்றல் ஸ்ரீராம சேனைத் தலைவர் பிரமோத்

முத்தாலிக் கையிலிருக்கிறது. அவர்கள் அனுப்பிவைத்த காட்சி களை மும்பை 26/11 நிகழ்வுக்குப் பாதியளவு முக்கியத்துவத் துடன் மீண்டும் மீண்டும் ஒளிபரப்பின ஆங்கிலத் தொலைக் காட்சிகள். பார்வையாளர் விகிதம் அவர்களுக்குக் கூடியிருக்கும். இது அதிக விளம்பர வருமானத்தைத் தரும்.

தேசத்தில் சமாதானமும் சமத்துவமும் குடிகொண்டால் ஊடகங்களுக்கும் அதன் பணியாளர்களுக்கும் அது கெட்ட காலம். இந்நிலையில் ஊடகங்கள் எதை ஆதரிக்கும் என்பது வெள்ளிடைமலை. ஊடகச் சுதந்திரத்தையும் நடைமுறையிலிருக் கும் செக்குலரிசத்தின் போதாமைகளையும் முரண்பாடுகளை யும் விசாரணைக்கு உட்படுத்துவதே இன்று சமூகத்தின் நற் போக்கை வேண்டுபவர்களின் செயல்பாடாக அமைய வேண்டும்.

காலச்சுவடு இதழ் 111, மார்ச் 2009

மலேசியத் தமிழரின் எழுச்சி

மலைநாட்டுத் தேர்தல் முடிவுகள் அதிர்ச்சி அலைகளைப் பரப்பியுள்ளன. இதை ஒரு எழுச்சி என்று வர்ணிப்பதே பொருத்தமானது. 1957இல் மலேசியா சுதந்திரம் அடைந்தது முதல் 50 ஆண்டுக் காலம் மூன்றில் இரண்டு பங்கு பெரும்பான்மையுடன் ஆட்சி நடத்தி வந்த தேசியமுன்னணி இம்முறை அந்தப் பெரும் பான்மையை இழந்து சாதாரணப் பெரும்பான்மை யுடன் (இந்தத் தேர்தலுக்கு முன்னர் அதறகு 90% பெரும் பான்மை இருந்தது) ஆட்சி அமைக்கும் சூழல் உருவாகி யுள்ளது. அத்தோடு 12 மாநிலங்களில் இப்போது 5 மாநிலங்களில் எதிர்க்கட்சியினர் ஆட்சி அமைத்துள்ள னர். இந்த மாற்றம் மிக முக்கியமானது. ஏனெனில் இனி ஆளும் கூட்டணி தமது விருப்பம்போல மலேசியச் சட்ட அமைப்பில் மாற்றங்களைக் கொண்டுவர முடி யாது. இத்தேர்தலில் வாக்காளர்களாகச் சேர்க்கப்பட்ட புதிய தலைமுறை வாக்காளர்கள் மாற்றத்திற்காக வாக்களித்துள்ளனர்.

தேசியக் கூட்டணி என்பது ஐக்கிய மலாய் தேசியக் கட்சி (அம்னோ), மலேசியச் சீன சங்கம் (மசீச), மலேசிய இந்திய காங்கிரஸ் (மஇகா) ஆகிய மூன்று முக்கிய இனங் களின் பிரதிநிதித்துவக் கட்சிகளும் பல்லினக் கட்சிகளான மக்கள் முற்போக்குக் கட்சியும் கெரக்கான் கட்சியும் சபா, சரவாக், மாநிலங்களிலுள்ள சில சிறிய கட்சிகளும் அடங்கிய கூட்டணி ஆகும். இக்கூட்டணியில் தமிழர் பிரதிநிதிக் கட்சியாக இருக்கும் மஇகா கட்சி இத்தேர்த லில் பெரும் சரிவைச் சந்தித்துள்ளது. அதன் நீண்ட காலத் தலைவரான டத்தோ ஸ்ரீ சாமிவேலு தனது தொகுதியில் (சுங்கை சிப்புட்டி) முதன்முறையாகத் தோல்வி யைச் சந்தித்துள்ளார். இவர் இதே தொகுதியிலிருந்து

எட்டு முறை தேர்ந்தெடுக்கப்பட்டுள்ளார் என்பது குறிப்பிடத் தக்கது. மேற்படிக் கூட்டணியில் இருந்த சீனர்கள் கட்சியான மசீசவும் பெரும் சரிவைக் கண்டுள்ளது. பல பாராளுமன்ற உறுப்பினர்கள் எதிர்க்கட்சிக்கு மாறிவரும் நிலை ஏற்பட் டுள்ளதால் தேசிய முன்னணி இப்போது ஆட்டம் கண்டுள் ளது. தேசிய முன்னணியில் இருக்கும் பிரதானக் கட்சியான அம்னோ கட்சியின் பல முக்கிய உறுப்பினர்களுக்குப் புதிய மந்திரி சபையில் இடம் கிடைக்காததால் கட்சிப் பொறுப்பு களிலிருந்து வெளியேறிவருகிறார்கள்.

மலாய் மக்களின் பெரும்பான்மை ஆட்சி பற்றிச் சிறுபான் மைச் சீனர்களுக்கும் தமிழர்களுக்கும் ஏற்பட்டுள்ள கடும் அதிருப்தியின் வெளிப்பாடாகவும் இத்தேர்தல் முடிவுகள் அமைந்துள்ளன. இஸ்லாமிய நாடாக அறிவிக்கப்பட்டுள்ள மலேசியா இன அடிப்படையில் சீன, தமிழ் மக்களுக்கும் மத அடிப்படையில் பௌத்த, இந்து மதங்களுக்கும் எதிரான கொள்கைகளைப் பின்பற்றி வருவதாகச் சிறுபான்மை மக்கள் உணர்கின்றனர். பூமிபுத்திரர்கள் என அழைக்கப்படும் மலாய் மக்களுக்கு அரசு பற்பல சலுகைகளை அளித்துவருகிறது. தேசிய முன்னணியில் உண்மையான அதிகாரம் ஐக்கிய மலாய் தேசியக் கட்சியிடம்தான் (அம்னோ) உள்ளது என்றும் பிற சீன, தமிழ்க் கட்சிகள் அசலான அதிகாரம் அற்றவை என்றும் பல்லின ஆட்சி என்பது மேல் பூச்சுதான் என்றும் சிறுபான்மை மக்கள் கருதுகின்றனர். இக்காரணங்களால் தமிழ் மக்களிடம் கடும் அதிருப்தி நிலவுவதை எனது மலேசியப் பயணங்களின் போது தெளிவாகவே உணர்ந்திருக்கிறேன். இப்பயணங்களில் சமூகத்தின் பலதரப்பட்ட தமிழ் மக்களைச் சந்தித்து உரை யாடும் வாய்ப்பு ஏற்பட்டபோது, எல்லோர் மத்தியிலும் மலைநாட்டில் நிலவும் இன, மத அடிப்படையிலான பாகுபாடு களைப் பற்றிய துக்கம் கவிந்திருந்தது. பொருளாதாரரீதியாகச் செழுமையான நிலையிலிருந்த தமிழர்களுக்கும் கீழ்த்தட்டுத் தமிழ் மக்களுக்கும் இந்த உணர்வு பொதுவானதாக இருந்தது. மலேசியத் தமிழர்களின் பிரச்சனைகள் மத உரிமை, தமிழ்க் கல்வி உரிமை, தமிழ்ப் பண்பாட்டு உரிமை, ஜனநாயக அரசியல் உரிமை, மலாய் மக்களுடன் சம உரிமை போன்றன அடிப்படை யிலானவை. மலேசியாவில் 7% ஜனத்தொகை இருக்கும் இந்தியர் களின் மொத்தச் சொத்து மதிப்பு 1.5% மட்டுமே. மலேசியாவில் ஒரு பயணத்தின்போது என்னோடு இருந்த இலங்கை நண்பர் விக்னேஸ்வரன் (*சரிநிகர் ஆசிரியர்*) மலேசியத் தமிழர்களின் உணர்வுகள், ஆயுதப் போராட்டம் துவங்குவதற்கு முன்னர் இலங்கையில் தமிழர்களிடையே நிலவிய மனநிலையை ஒத்திருப்பதாகக் குறிப்பிட்டார்.

ஆனால் இந்தத் தேர்தல் முடிவுகள் தமிழர்களுக்கு அங்கு ஒரு மாற்றுப் பாதை இருப்பதைத் தெளிவாக உணர்த்தி யுள்ளன. இத்தேர்தலில் மலேசியாவைப் பன்முகப் பண்பாட்டுத் தேசமாக வளர்த்தெடுக்க விரும்பும் ஜனநாயகச் செயல் கட்சி (DAP) அதிக ஓட்டுகளைப் பெற்றிருக்கின்றது. முன்னாள் மலேசியப் பிரதமர் மஹாதீர் முகமதுவின் கீழ் துணைப் பிரதமராகப் பணியாற்றி, பின்னர் ஒருபால் உறவாளராகக் 'குற்றஞ்சாட்டப்பட்டு' சிறையில் அடைக்கப்பட்ட அன்வர் இப்ரஹாமின் மக்கள் நீதிக் கட்சியும் (PKR) அதிக இடங்களைக் கைப்பற்றியுள்ளது. பொது மனநிலையை உணர்ந்து மலேய இனவாதத்தையும் இஸ்லாமிய மதவாதத்தையும் முன்னெடுக் கும் கட்சியான மலேசிய இஸ்லாமிக் கட்சி (PAS)கூட, தேர்தல் பிரச்சாரத்தில் பெருமளவுக்கு அடக்கி வாசித்திருக்கிறது. தேர்தல் களத்தில் இம்முறை கட்சி சார்பாக ஒரு இந்துப் பெண்மணியை நிறுத்தியிருக்கிறது. இத்தேர்தலில் சீர்திருத்தத்தையும் அதிக ஜனநாயக உரிமைகளையும் முன்னெடுக்கும் சக்திகள் வலுப் பெற்றுள்ளமை மிகவும் சாதகமான செய்தியாகும். மலேசிய வரலாற்றில் இப்போது முதல் முறையாக பினாங்கு என்ற முக்கியமான மாநிலத்தை எதிர்க்கட்சிகள் கைப்பற்றியுள்ளன. இம்மாநிலத்தில் டாக்டர் பி.இராமசாமி என்ற தமிழர் துணை முதல்வராக நியமிக்கப்பட்டுள்ளார். இன்றும் சில மாநிலங் களில் சிறுபான்மையாளருக்கு உயர் அதிகாரம் வழங்க மலேசிய சுல்தான்கள் மறுத்து வருவதால் கொந்தளிப்பான சூழல் ஏற்பட்டுள்ளது.

மஇகா தலைவர் சாமிவேலு, ஆளுங்கூட்டணியுடன் இணைந்து பல ஆண்டுகளாக அதிகாரத்தை அனுபவித்து வருபவர். தொடர்ந்து தமிழ் மக்களின் உரிமைகளுக்குக் குரல் கொடுக்கவும் அவர்களது ஆதங்கங்களுக்கு வழிதேடவும் அவர் தவறிவிட்டார் என்பதையே தேர்தல் முடிவுகள் காட்டுகின்றன. மலேசியாவில் குடியேறியிருக்கும் தமிழர்களில் பெரும்பான்மை எண்ணிக்கையில் தலித்துகள் உள்ளனர். இவர்களுக்கு மஇகா கட்சியில் போதிய பிரதிநிதித்துவம் இல்லை. மலேசியாவில் பாராளுமன்றத்திற்கோ, சட்டமன்றங்களுக்கோ மஇகா சார்பில் தலித்துகள் அரிதாகவே தேர்ந்தெடுக்கப்பட்டுள்ளனர். தமிழ ரிடையே தலித் மற்றும் தலித் அல்லாதோர் என்ற முரண்பாடு தோன்றியுள்ளது. மலேசியத் தலித் மக்களிடையே சில ஆண்டு களாகவே ஒரு எழுச்சி ஏற்பட்டுள்ளது. 'மாணவர் மணி மன்றம்' போன்ற பல முக்கியமான தமிழர் அமைப்புகளைத் தலித்துகள் கைப்பற்றி வருகின்றனர். தலித்துகள் சாமிவேலு வின் தலைமையைக் கடுமையாக விமர்சித்து வருகின்றனர். தலித்துகள் பெரும்பான்மையாக உள்ள ஐபிஎஸ் கட்சியின்

தலைவர் பண்டிதன் மஹிகாவிலிருந்து வெளியேற்றப்பட்டவர். உடல்நலமின்றி இருக்கும் இவர் 13 ஆண்டுகளுக்குப் பிறகு சாமிவேலுவுடன் கைகோர்த்தார். இத்தேர்தலில் அவர் கட்சிக்கு சாமிவேலு ஒரு சீட்கூட வழங்கவில்லை.

இரண்டு ஆண்டுகளுக்கு முன்னர் நான் மலேசியா சென்றிருந்தபோது கேள்விப்படாத இந்து உரிமைச் செயற்குழு (Hindraf) என்ற அமைப்பு இப்போது தமிழர்களிடையே ஒரு எழுச்சி ஏற்படுவதற்குக் காரணமாகியுள்ளது. இதன் பெயரிலுள்ள 'இந்து' என்ற மதப்பெயர் சர்ச்சைக்கு உள்ளாகியுள்ளது. 'ஹிண்ட்ராப்'இன் பின்னணி பற்றி எனக்குத் தெரியவில்லை. ஆனால் மலேசியாவில் பயணித்தபோது அங்கு 'தமிழர்' என்பதும் 'இந்து' என்பதும் கிட்டத்தட்ட ஒரே அடையாளத்தின் இரண்டு முகங்கள்போல இருப்பதாக உணர்ந்தேன். தமிழர்களின் பல பண்பாட்டு நடவடிக்கைகள் கோயில்களை ஒட்டி நடப்பதையும் உணர முடிந்தது. சை. பீர் முகம்மது அவர்களும் நானும் பல தமிழகப் பதிப்பகங்களின் நூல் களுடன் மலேசியாவில் சுற்றுப்பயணம் மேற்கொண்டபோது பல இடங்களில் கோயில்களிலும் மடங்களிலுமே நூல்களை விற்பனை செய்தோம். பெரும்பான்மை இஸ்லாமிய மதவாதத் திற்கு மாற்றான அடையாள அரசியலாகவே அங்கு 'இந்து' அடையாளத்தைப் பார்க்க முடியும்.

கடந்த காலங்களில் இந்தியத் தேசிய அரசியலின் தாக்கம் கிஞ்சித்தும் இல்லாத திராவிட இயக்கத்தின் கோட்டை யாகவே மலேசியத் தமிழர் அரசியல் இருந்தது. மலேயக் கட்சிகளின் இனவாத, மதவாதப் போக்கிற்கு எதிராகத் தமிழ் மக்களின் உணர்வுகளுக்கும் உரிமைகளுக்கும் குரல் கொடுக்கும் ஆற்றல் திராவிட அரசியலுக்கு இருக்கவில்லை. தமிழகத் திராவிட அரசியல் உருவான ஆதிக்கச் சூழலும் மலேசியத் தமிழரின் சமூக யதார்த்தங்களும் வேறுவேறானவை. எனவே திராவிட அரசியல் அடையாளம் அங்கு பலவீனப்பட்டு இந்து அடையாளம் தலையெடுத்தது. இந்த அடையாளம் இந்துத்துவச் சார்புடையது அல்ல.

'ஹிண்ட்ராப்'இன் பின்னணியில் ஆர். எஸ். எஸ். அமைப்பின் தாக்கம் இருப்பதாகச் சொல்லப்படுகிறது. தெளிவான ஆதாரம் எதுவும் இல்லாத நிலையில் அதன் செயல்பாடுகளை முழுமை யாக நிராகரிக்க இந்த முத்திரை குத்தல் காரணமாகிவிடக் கூடாது. அவ்வாறே 'ஹிண்ட்ராப்' இயக்கத்தை நிராகரிப்ப வர்களும்கூட தமிழ் மக்களுக்கு இருக்கும் பிரச்சனைகளை நிராகரித்துவிடக் கூடாது. மலேசியத் தமிழ் மக்களின் குமுறலுக்கு 'ஹிண்ட்ராப்'இன் போராட்டங்கள் வடிகாலாக அமைந்துள்ளன.

காந்தியின் உருவப்படங்களைத் தாங்கியபடி அகிம்சை வழியில் திரண்ட தமிழ் மக்களை மலேசிய அரசு மீண்டும் மீண்டும் வன்தாக்குதலுக்கு உள்ளாக்கியுள்ளது. இந்தியா வந்து ஆதரவு தேடிய 'ஹிண்ட்ராப்'இன் தலைவர்களிடம் சிபிஐ தலைவர் தா.பாண்டியன் 'இந்து' என்ற பெயரை நீக்கச் சொல்லிக் கண்டித்துள்ளார். தமிழக முற்போக்கு அறிவுஜீவிகளும் இதே மனோபாவத்தைப் பிரதிநிதித்துவப்படுத்துகின்றனர்.[1]

'ஹிண்ட்ராப்' மலேசியத் தமிழ் இந்துக்களின் உணர்வு களை மட்டும் ஏன் பிரதிநிதித்துவப்படுத்த வேண்டும்? இஸ்லாமிய, கிறிஸ்தவத் தமிழர்களையும் பிற இந்தியர்களை யும் ஏன் இணைத்துக்கொள்ளக் கூடாது என்றும் தமிழ் அடையாளத்தை விட்டு ஏன் இந்து அடையாளத்தைத் தேர்வு செய்ய வேண்டும் என்றும் கேள்விகள் எழுப்பப்பட்டுள்ளன.

மலேசிய இந்தியர்களுக்கான பொது மொழி இல்லை. இந்தியர்கள் போராட்ட அடிப்படையில் ஒரு குடையின் கீழ் அங்கு அணிதிரள்வது சாத்தியமே இல்லை. அங்குள்ள இந்தியர்களில் சுமார் 80 சதவீதம் தமிழர்கள். மலேசிய ஜனத் தொகையில் 7% இந்தியர்களில் மிகப்பெரும்பான்மையினர், 6.3% இப்போது இந்து அடையாளத்தைக் கொண்டுள்ளனர். தமிழ் இஸ்லாமியக் குடும்பங்களின் அடுத்த அடுத்த தலை முறைகள் மலேய இஸ்லாமியர்களுடன் கலந்துவருகின்றன. இந்தியக் கிறித்தவர்கள் குறிப்பிடத்தக்க அளவில் இல்லை. நான் முன்னர் குறிப்பிட்டபடி மலேசிய இந்து அடையாளம், தமிழ் அடையாளத்தின் பகுதியாகவே செயல்படுகிறது. இந்தியா வைப்போல அது தேசிய உணர்வின் வெளிப்பாடு அல்ல.

மேலும் இலங்கை இனப் பிரச்சனைக்குப் பிறகு தமிழ் அடையாளம் உலக அளவில் பிரச்சனைக்குரிய ஒன்றாக மாறியிருக்கிறது. எனவே சர்வதேச ஆதரவைப் பெற இந்து அடையாளம் அதிகம் பயன்படக்கூடும். இந்து அடையாளம் முன்னிலைப்படுத்தப் பட்டிருப்பதற்கு இதுபோன்ற தந்திரோ பாயமான காரணங்களும் இருக்கலாம்.

தமிழ் அடையாளத்தின் அடிப்படையில் மலேசியத் தமிழர் ஒருங்கிணைந்தால் அவர்களைப் புலிகள் – பயங்கரவாதம் என்ற இணைப்பின் மூலம் எளிதில் மலேசிய அரசு ஒடுக்கி யிருக்கும். மாறாக மத அடையாளத்தை முன்னெடுத்து உலக ளாவிய கவனத்தைப் பெற உதவியது.

இந்திய ஊடகங்களின் – குறிப்பாகத் தமிழ் ஊடகங்களின் கவனத்தை மலேசியத் தமிழர் போராட்டம் போதிய அளவில் பெறவில்லை என்றாலும் உலக மீடியாவின் கவனத்தைப்

பெற்றமை மலேசிய அரசின்மீது குறிப்பிட்ட தாக்கத்தை ஏற்படுத்தியது.

இந்தியாவில் சிறுபான்மையினர் தம் மத அடையாளங் களோடு இயங்குவதை இயல்பாக ஏற்றுக்கொண்டிருக்கும் நமது முற்போக்கு அறிவுஜீவிகள் மலேசியத் தமிழர் / இந்து விஷயத்தில் தமது இரட்டை நிலைப்பாட்டைத் துலக்கமாகக் கடைப்பிடிக்கின்றனர். பெரும்பான்மை மதவாதத்திற்கு எதி ரானது என்ற அடிப்படையில் இங்கு சிறுபான்மை அடிப்படை வாத அமைப்புகளை ஆதரிக்க வேண்டும் என்று கதைத்தவர் கள் மலேசியத் தமிழர் பிரச்சனையில் இப்போது மௌனம் காக்கின்றனர். இங்கு சிறுபான்மை மத அடையாளம் தாங்கிய கட்சிகளுடன் கூட்டணி வைக்கும் சிபிஐ—ன் மாநிலத் தலைவர் தா. பாண்டியன் மலேசியச் சிறுபான்மை 'இந்து' அமைப்பை மத அடையாளத்தைக் கைவிடுமாறு அறிவுறுத்துகிறார். இத் தகைய சந்தர்ப்பவாதமான நிலைப்பாடுகள் இந்தியாவில் மதவாதம் வளர்வதற்கான அடித்தளத்தை உருவாக்கத் துணை போகின்றன.

'ஹிண்ட்ராப்' இயக்கத்தை 'இந்து' இயக்கம் எனக் குற்றஞ் சாட்டுவோருக்கு மலேசிய இஸ்லாமியக் கட்சியிடம் அறி வுறுத்த எதுவுமில்லை. தமிழக இஸ்லாமியக் கட்சிகள் பற்றியும் புகார் இல்லை. இஸ்லாமியர்கள் பெரும்பான்மையாக இருந்தா லும் சிறுபான்மையாக இருந்தாலும் மத அடையாள அரசிய லில் ஈடுபடலாம், ஆனால் மலேசியத் தமிழர்களுக்கு அந்த உரிமை இவர்கள் பார்வையில் இல்லை போலும்.

தமிழகத்தின் சில இஸ்லாமிய அமைப்புகளும் சில இஸ்லாமிய இதழ்களும் மலேசியத் தமிழர் பிரச்சனையில் மலேசிய அரசுக்கு ஆதரவான நிலைப்பாட்டை எடுத்துள்ளன. மலேசியத் தமிழர்களுக்குப் பிரச்சனையே இல்லை என்ற இவர்களின் பிழையான வாதத்தைத் தேர்தல் முடிவுகள் அம்பலப் படுத்திவிட்டன. ஒரு இஸ்லாமிய நாடு தவறே செய்ய முடியாது என்பது போன்ற மூடநம்பிக்கையிலிருந்து உருவாகிவரும் பார்வை இது. மலேசியாவின் தமிழர் பிரச்சனையை முழுவது மாக இந்துத்துவச் சதித்திட்டத்தில் அடக்கிவிடக்கூடிய வள மான கற்பனை திகட்டுமளவிற்கு இவர்களிடம் உள்ளது.

மலேசியத் தமிழர் உரிமைகளைக் காக்கும்படி கருணாநிதி பிரதமருக்குக் கடிதம் எழுதியதைக்கூடப் பெரிய உரிமை மீறல்போலச் சில இஸ்லாமிய இதழ்களில் சித்தரிக்கப்பட்டது. கருணாநிதியை அகங்காரத்தோடு தாக்கிப் பேசிய மலேசிய அமைச்சர் நஸ்ரி அஸீஸ் கூற்றை இவை தூக்கிப்பிடித்தன.

மலேசிய இந்தியர்களுக்கும் 'மலாய்' காரர்களுக்கும் இடையே முன்னர் எவ்வித இனப் பாகுபாடோ, வேறு எந்தவிதமான பிரச்சனைகளோ இருந்ததில்லை. ஹிண்ட்ராப் தொடுத்த குற்றச்சாட்டுகள் அனைத்தும் ஆதாரமற்றவை. மட்டுமல்ல; அவை மிகவும் ஆபத்தை விளைவிக்கக்கூடியவை. இவை இன, மத பேதமின்றி மலேசியாவில் உள்ள அனைவரையும் ஆத்திரமடைய வைத்துள்ளன.[2]

மலேசியாவில் தமிழர்கள் தாக்கப்படுகிறார்கள்; கொல்லப் படுகிறார்கள்; அவர்களைப் பாதுகாக்க மத்திய அரசாங் கம் தகுந்த நடவடிக்கை எடுக்க வேண்டும் என்று தமிழக முதல்வர் கருணாநிதியும் தன் பங்குக்கு அறிக்கை வெளியிட்டார்.

அதற்கு மலேசியாவின் பிரதமர் இலாகாவின் அமைச்ச ரான டத்தோஸ்ரீ நஸ்ரி அஸீஸ் தக்க பதில் ஒன்றைத் தந்துள்ளார். "கருணாநிதியின் இடம் தமிழ்நாடு; மலேசியா அல்ல. அவருடைய மாநிலப் பிரச்சனைகள் பற்றி அவர் கவலைப்படட்டுமே. அவரது மாநிலத்திலேயே நிரம்பப் பிரச்சனைகள் இருக்கின்றன. அவர் அதனைக் கவனிக் கட்டும். மலேசியாவில் சட்ட ஒழுங்குப் பிரச்சனையை நாங்கள் கையாண்டோம். இதற்கும் அவருக்கும் எந்த சம்பந்தமும் இல்லை. அனாவசியமாக இதில் அவர் தலையிட வேண்டாம்" என்று கூறினார்.[3]

மலேசியாவின் தற்போதைய அரசு அமைப்பில் பழம் தின்று கொட்டைபோட்ட டத்தோஸ்ரீ சாமிவேலுவை மட்டும் மேற்கோள்காட்டி மலேசியத் தமிழர்களுக்கு அங்கு எந்தப் பிரச்சனையும் இல்லை என்பதை நிறுவ முயலும் ஒரு இஸ்லாமிய இதழ், அவர்களுக்கு அளிக்கப்பட்டுள்ள சில சலுகைகளைச் சுட்டிக்காட்டி, இவ்வாறு எழுதுகிறது:

இதைவிட வேறு என்ன வேண்டும். இதையும் தாண்டி இந்த ஹிண்ட்ராப் ஏன் மலேசிய அரசுக்கெதிராகச் செயல்பட வேண்டும்... ('ஹிண்ட்ராப்'இன் பிரச்சாரங் களை) மலேசிய அரசு இரும்புக்கரம்கொண்டு தடுக்க வேண்டும். ஜனநாயகம் என்று பேசிக்கொண்டு குஜராத் தில் பல்லாயிரம் முஸ்லிம்களைக் கொலை செய்தனர். அதைக் கண்டிக்க வக்கற்றவர்கள் தமிழர் பிரச்சினை என்று அரைவேக்காட்டுத்தனமாக நடந்துகொள்வது தான் வேதனை அளிக்கின்றது.[4]

தமது மத அடையாளம், தேச, இன, மொழி அடையாளங் களோடு முரண்படும்போது சமநிலையில் நின்று பிரச்சனையை ஆராயும் பண்பு பல இஸ்லாமிய அறிவுஜீவிகளிடம் இல்லா திருப்பது வருத்தத்திற்குரியது.

ஒரு மக்களின் மனக் குமுறலை வெளிப்படுத்த அவர் களுக்குத் தலைமையேற்கும் இயக்கம் பல உணர்ச்சிப்பூர்வ மான காரணங்களை முன்வைக்கக்கூடும். இவை அணிதிரட்ட மேற்கொள்ளப்படும் சாதுர்யங்கள். பிரச்சனைகளின் ஆழம் எப்போதும் இவற்றைத் தாண்டியதாக இருக்கும். அதேபோலத் தலைமையின் நோக்கங்களும் அவர்களைப் பின்தொடரும் மக்களின் நோக்கங்களும் ஒன்றாக இருக்க வேண்டும் என்பதும் இல்லை. 'ஹிண்ட்ராப்'இன் செயல்பாடுகளைப் பரிசீலிக்கும் போது இவற்றைக் கவனத்தில் கொள்வது நல்லது. 'ஹிண்ட்ராப்' இன் வளர்ச்சியை விரும்பாதவர்கள் மலேசியத் தமிழர்களுக்கு மாற்றுத் தலைமை உருவாக்குவதைப் பற்றியும் அவர்களது நியாயமான கோரிக்கைகளுக்குத் தீர்வு ஏற்படுத்துவது பற்றியும் சிந்திக்க வேண்டும்.

ஏதோ இங்கிருந்து சில இந்துத்துவவாதிகள் மலேசியா சென்றால் அங்குள்ள தமிழ் மக்களைத் திசை திருப்பிவிடலாம் என்றாற்போல எழுதுவது அவர்களை அவமதிப்பதுமாகும். தமக்கான தெளிவும் சுயமரியாதையும் உணர்வுகளும் கொண்ட வர்கள்தான் மலேசியத் தமிழர்கள், ஆட்டு மந்தைகளல்ல. மலேசியச் சிறுபான்மையாளரிடம் இருந்த மனக்குமுறல் மறுக்க முடியாதவாறு இப்போது தேர்தலில் வெளிப்பட்டு விட்டது. இப்போது அவர்களின் பிரச்சனைகளை ஆக்கப் பூர்வமான அணுகுமுறையில் பரிசீலிப்பதே சிறந்தது. மாறாக, பிரச்சனையே இல்லை என்று முழுப் பூசணிக்காயைச் சோற்றில் மறைத்தால் அது சமுக நோயாக மாறும்.

மலேசியாவில் 'ஹிண்ட்ராப்' நடத்திய பேரணியில் தமிழர் கள் அரசப் பாதுகாப்புப் படைகளால் தாக்கப்பட்டபோது மலேசியத் தமிழ் எழுத்தாளர் சங்கத்தினர் தமிழகத்தில் சுற்றுப் பயணத்தில் இருந்தனர். இவர்கள் கருணாநிதியைச் சந்தித்து மலேசியத் தமிழர்களுக்குப் பெரிய பிரச்சனை எதுவும் இல்லை என விளக்கிவிட்டு அவ்வாறே பத்திரிகையாளர் சந்திப்பிலும் அறிவித்தனர். மலேசியத் தமிழ் எழுத்தாளர் சங்கம் வரலாற் றின் முன் இதற்காக வருந்தவேண்டிவரும். அக்குழுவில் இங்கு வந்த ஒவ்வொரு எழுத்தாளரும் இதுபற்றித் தன்னிலை விளக்கம் அளிக்கக் கடமைப்பட்டவர்கள்.

எழுத்தாளர்கள் அதிகாரத்திடம் உண்மையைப் பேச வேண்டும். அல்லது குறைந்தபட்சமாக அதிகாரத்தின் பொய் களை மக்களிடம் பரப்பாமலேனும் இருக்க வேண்டும்.

○

மலேசியத் தமிழர்கள் அரசியல் விழிப்புணர்வை மட்டும் அடையவில்லை, பண்பாட்டுரீதியாகவும் விழிப்படைந்துள்ள னர். தமிழக வெகுஜனப் பண்பாட்டு ஆளுமைகள் மலேசியா விற்குச் சென்று, நமது வெகுஜன ஊடகங்களிலும் திரைப்படங் களிலும் மயங்கிக்கிடந்த மலேசியத் தமிழர்களைச் சுரண்டிக் காசுபார்த்துவிட்டு வரும் தொழிலில் பல பத்தாண்டுகளாக ஈடுபட்டு வருகின்றனர். அந்தத் தொழில் இனி எடுபடாது என்பதைச் சமீபத்தில் நமது நடிகர் சங்கத்தினர் வசூலுக்கு மலேசியா சென்றுவிட்டு ஏமாற்றத்துடன் திரும்பிய நிகழ்ச்சி தெளிவுபடுத்துகிறது.

இந்தப் பண்பாட்டு விழிப்புணர்வு பரவட்டும். தீ போலப் பரவட்டும். மலேசியத் தமிழர்களுக்கான தனி அடையாளமும் ஆரோக்கியமான சிந்தனைகளும் அரசியலும் இலக்கியமும் அமைய வேண்டுமெனில் அவர்கள் தமிழகத்தின் வணிகக் கலாச்சாரத்தின் பிடியிலிருந்து விடுபட வேண்டியது அவசியம்.

○

(பல தகவல்களை என்னோடு பகிர்ந்துகொண்ட மலேசிய எழுத்தாளர் சை. பீர் முகம்மது அவர்களுக்கும் சிங்கப்பூர் லதா அவர்களுக்கும் நன்றி. இக்கட்டுரையில் வெளிப்படும் பார்வைக் கான முழுப் பொறுப்பு எனக்கு மட்டுமே).

1. மலேசியத் தமிழகப் பிரச்சனையை நடுநிலை நின்று விரிவாக ஆராயும் கட்டுரை இராசேந்திர சோழனின் 'மலேயத் தமிழர் – மறுக்கப்படும் உரிமைகள்', *மண்மொழி*, வெளியீடு 21.

2. 'ஹிண்ட்ராப் மலேசியாவின் அவமானம்', *சமநிலைச் சமுதாயம்*, ஜனவரி 2008.

3. 'மலேசியா: தமிழர்கள்மீது தாக்குதல் மெய்யும் பொய்யும்', *சமநிலைச் சமுதாயம்*, ஜனவரி 2008.

4. 'ஹிண்ட்ராஃப் – ஹிந்துத்துவவாதிகளின் சதி', *விடியல் வெள்ளி*, பிப்ரவரி 2008.

புதிய பார்வை, ஏப்ரல் 1–15, 2008

ஓட்டுப் பண்ணை 2009

பாராளுமன்றத் தேர்தலின் தமிழக முடிவுகள் பொதுவாகத் தமிழக அறிவாளி வர்க்கத்திடமும் உலகத் தமிழர்களிடமும் அதிர்ச்சியையும் கோபத்தையும் ஏமாற்றத்தையும் கசப்பையும் ஏற்படுத்தியுள்ளன.

'மக்கள் புத்திசாலிகள். தெளிவாக வாக்கு போடு பவர்கள்' என்பன போன்ற பழும் ஜனநாயகக் கதைகள் மூலம் இந்த முடிவுகளைப் புரிந்துகொள்ள முடியும் என்று தோன்றவில்லை.

பெரும்பான்மையான அறிவுஜீவிகளின் ஏமாற்றத் திற்குக் காரணம் தமிழகம் / இந்தியா சார்ந்த காரணிகள் அல்ல. ஈழப் பிரச்சனையில் கருணாநிதியின் சுயநலத் திற்கு உரிய தண்டனையை மக்கள் வழங்கவில்லை என்பதே. ஈழப் பிரச்சனை தமிழக மக்களைப் பாதிக்க வில்லை எனக் கூற முடியாது. அவர்களது கொந்தளிப் பான மனநிலைக்குப் பல சான்றுகள் உண்டு. இப்பிரச் சனையைக் கையாண்ட விதம் பற்றிக் காங்கிரஸ்மீதும் கருணாநிதிமீதும் கணிசமான கோபமும் இருந்தது.

இந்திய அரசின் ஆதரவும் ஊக்குவிப்பும் இன்றி இலங்கை அரசு புலிகளை அழித்திருக்க முடியாது. புலிகள் பிரதேசத்திலும் பின்னர் 'பாதுகாப்பு வளையத்திலும்' படுகொலைகளை நடத்தியிருக்க முடியாது. இந்திய அரசின் குறி புலிகள் இயக்கம் மட்டும்தான் எனக் கொண்டால், போருக்கு ஒத்திசைவு வழங்கும் முன்னர் தமிழ் மக்கள் பாதுகாப்பிற்கும் அரசியல் தீர்வுக்கும் முதலில் வழிகோலியிருக்க வேண்டும். ஈழத் தமிழர்கள் படுகொலை பற்றியோ சிங்கள இனவாதத்தின் முன்னர் அவர்கள் எதிர்காலம் இருண்டு கிடப்பதைப் பற்றியோ உலகளாவிய அளவில் வெளிப்படும் கவலையும்

கண்டனங்களும் காங்கிரஸ் தலைமையிலான இந்திய அரசுக்கு இல்லை.

ராஜீவ் காந்தி படுகொலை என்ற புலிகளின் மூடத்தனத் திற்கு எதிர்வினையாகத் தமிழ் மக்களைப் பழிவாங்கத் துணை நிற்கும் இந்திய அரசை மன்னிக்க முடியாது. அந்த அரசு கருணாநிதியின் ஆதரவுடனேயே இதைச் செய்ய முடிந்தது. கருணாநிதியின் சாக்கு 'திமுக அரசை இழப்பதால் என்ன பயன்?' என்பது. இரண்டு அடிப்படையான செய்திகளைக் குறிப்பிடலாம். 'இந்திய அரசு பெரும் பாவத்தைச் செய்தது, ஆனால் அதில் எங்களுக்குப் பங்கில்லை' என்ற நிலைப்பாடு. தமிழர் நலன் பேசக் குறைந்தபட்சத் தகுதியை இந்த நிலைப் பாடு ஏற்படுத்தும். இரண்டாவதாக, இடதுசாரிகள் வெளி யேறிய பின்னர் கருணாநிதியின் ஆதரவு இன்றி இந்த அரசு நிலைத்திருக்க முடியாது. தமிழக ஆட்சியை இழக்கக் கருணாநிதி தயார் என்ற செய்தி தில்லியை எட்டியிருந்தால் அவர்கள் அணுகுமுறையை மாற்றியிருக்க முடியும். ஆனால் அத்தகைய சந்தேகத்தின் ஒரு அணுகூடத் தில்லியில் ஏற்படவில்லை. கருணாநிதி குடும்பத்தைப் பற்றிய அவர்கள் புரிதல் முழுமை யானது. குடும்பத்தினருக்குப் பதவி வழங்குவதற்காக மீண்டும் மீண்டும் தில்லி சென்று பேரம் பேசிய கருணாநிதி, ஈழத் தமிழர்களுக்கு ஆவனசெய்ய ஒரு முறைகூடத் தில்லி செல்ல வில்லை. ஈழப் பிரச்சனை அவலத்தின் உச்சியிலிருந்தபோது மருத்துவமனை படுக்கையில் இருந்த கருணாநிதியின் உடல் நிலை, குடும்பத்தினருக்கு அமைச்சரவையில் இடம்பிடிக்கத் தில்லி சென்றபோது திடீர் முன்னேற்றம் கண்டது புரியாத புதிர் அல்ல. நாடகத்தின் அடுத்த காட்சி அது.

கருணாநிதியின் இந்த வீழ்ச்சியால் தமிழினத் தலைவர் என்ற அடைமொழியை அவர் இழக்கவும் உலகத் தமிழர்கள் கண்டனத்திற்கும் சாபத்திற்கும் அவர் ஆளாகவும் நேர்ந்துள் ளது. *தினமணி* தலையங்கத்தில் (19.05.09) குறிப்பிட்டதுபோல, "மத்திய அரசில் அமைச்சராக உறுதிமொழியேற்றிடும் ஒவ்வொரு தமிழக அமைச்சரின் கையொப்பத்திலும் இலங்கைத் தமிழரின் கரிய ரத்தம் கசிந்திருக்கும். மையின் ஒவ்வொரு துளியிலும் இலங்கைத் தமிழரின் முகம் இருக்கும்." *தினமணி* தலையங்கத் திற்குப் பிறகு தில்லியில் நடந்தேறிய ஈனத்தனமான காட்சிகள் கருணாநிதி பலிகொடுத்தது ஈழத் தமிழர்களை மட்டுமல்ல, தமிழகத் தமிழர்களின் தன்மானத்தையும்தான் என்பதைத் தெளிவுபடுத்தின. குடும்பத்தின் பல உறுப்பினர்களுக்கும் கழகத்தின் ஊழல் கண்மணிகளுக்கும் இடம் கேட்டுக் கருணாநிதி தில்லியில் மன்றாடிய காட்சியைப் பார்த்து இந்தியா எள்ளி நகையாடியது. சுதந்திர இந்தியாவில் தமிழனின் சுய மரியாதை

யைக் கருணாநிதியின் குடும்பத்தைப்போல எவரும் சீரழித்தது இல்லை. உதாரணத்திற்கு ஒரே ஒரு வாசகர் கடிதம் மட்டும். "மன்மோகன் சிங்கும் சோனியா காந்தியும் தேர்தலுக்கு முன்னரே கருணாநிதிக்கு எத்தனை மனைவிகள், குழந்தைகள் மற்றும் உறவினர்கள் என்பதைக் கணக்கிட்டு அதற்கேற்ப அமைச்சரவையில் அவர்களுக்கு இடம் ஒதுக்கியிருக்க வேண் டும்." – கர்னல் எம்.என்.எஸ். நம்பி (ஓய்வு), திருவனந்தபுரம் – (இந்தியன் எக்ஸ்பிரஸ், மே 23, 2009).

புலிகள்மீதான இறுதி வெற்றி அறிவிக்கப்பட்டு புலிகள் தலைமையின், குறிப்பாக பிரபாகரனின் உடல் தொலைக்காட்சி களில் காட்சிப்படுத்தப்பட்டபோது கருணாநிதி தன் குடும்பத் தினருக்கு அமைச்சரவையில் இடம்வேண்டித் தில்லியில் மன்றாடிக்கொண்டிருந்தார். அவர் தனது 6 மணிநேர உண்ணா விரதத்தின் வழி ஈழத்தில் ஒரு தமிழனையும் காப்பாற்ற முடிய வில்லை. அந்த உண்ணாவிரதத்தின் உண்மையான அறிவிக்கப் படாத கோரிக்கை என்னவென்பது இப்போது தெளிவு. புலி களின் அழிவையும் பிரபாகரனின் முடிவையும் தேர்தலுக்கு முன்னர் நிகழ்த்தக்கூடாது என்பதுதான் அவருடைய அசல் கோரிக்கை. தில்லியில் அடுத்த ஆட்சி பற்றிய செய்திகள் தெளிவுபெற்றதும் இறுதித் தாக்குதலை நிகழ்த்தியிருக்கிறது சிங்கள ராணுவம். தமிழ்ச்செல்வனின் மரணத்திற்குக் கண்ணீர்க் கவிதை புனைந்த கருணாநிதிக்குத் தில்லியில் பிரபாகரனுக்கு அஞ்சலி செலுத்தும் துணிச்சல் இல்லை. அவர் வாங்கச் சென்றிருக்கும் வெள்ளிக் காசுகளின் எண்ணிக்கை குறைந்து விட்டால் என்ன செய்வது?

தேர்தலில் புலி ஆதரவு இயக்கங்கள் படுதோல்வி கண்டுள் ளன. திமுக வென்ற பாராளுமன்றத் தொகுதிகளின் எண் ணிக்கை அதிகரித்துள்ளது. திமுக மற்றும் அதிமுக வாக்காளர் களின் புலிகள் தொடர்பான நிலைப்பாடுகள் பற்றி, தமிழகத் தேர்தல் முடிவுகளை *Exit poll* மூலம் ஓரளவுக்குச் சரியாகக் கணித்த ஜோகேந்திர யாதவ், விரிவாக ஆய்வுசெய்தார். புலி கள் இயக்கத்திற்கும் தனி ஈழப் போராட்டத்திற்கும் ஆதரவு அனுதாபம் கொண்ட வாக்காளர்கள் பாரம்பரியமாகவே அதிமுகவைவிடத் திமுகவில் அதிகம். திமுக வாக்காளர்களில் புலி ஆதரவாளர்கள் பெருமளவுக்கு இம்முறையும் திமுகவுக்கே வாக்களித்துள்ளனர் என்பது அவர் ஆய்வு முடிவு. திமுகவின் தீவிர ஆதரவாளர்களில் சிறுபகுதியினர் திமுகம்மீது வெறுப்புக் கொண்டு, இம்முறை திமுகவைப் புறக்கணித்தனர் என்பதை யும் வேறொரு ஆய்வு தெளிவுபடுத்தியுள்ளது. எனினும் பெருவாரி யான திமுக வாக்காளர்களை அது பாதிக்கவில்லை. திமுகவின் நிலைப்பாடு பற்றிய கோபம், வருத்தம் அவர்களுக்கு இருந்

                              கண்ணன்

திருக்கலாம், ஆனால் அதற்கான மாற்றாகப் பிரதான எதிர்க் கட்சிகளான அதிமுகவையோ தேமுதிகவையோ அவர்கள் காணவில்லை. ஜெயலலிதாவின் சந்தர்ப்பவாத ஈழ ஆதரவு நிலைப்பாடு எடுபடவில்லை. ஜெயலலிதாவிடம் ஜனநாயக அரசியல் செயல்பாடுகள் எதுவும் இல்லை. தேர்தல் காலப் பேரங்கள், கூட்டணிகள், பிரச்சாரங்களின் மூலம் ஆட்சிக்கு வந்துவிட முடியும் என நம்புபவர் அவர். அவரது ஒரே நம்பிக்கை கருணாநிதி குடும்பத்தினரின் அராஜகங்களின் முன்னர் மக்கள் தனது முந்தைய அராஜகங்களை மறந்துவிடுவர் என்பதுதான்.

கடந்த 20 ஆண்டுகளாக ஈழ ஆதரவு இயக்கம் ஒன்று தமிழகத்தில் இயங்கி வருகிறது. இன்றுவரை ஒரு சட்டசபைத் தொகுதியில் தனித்து வெற்றிபெறும் ஆற்றல் அதற்கு இல்லை. ஈழத் தமிழர்களுக்கான ஆதரவு என்பது தமிழகத்தில் மக்கள் பணியில் ஆழ வேரூன்றிய நிலையில் இருந்து வெளிப்பட வேண்டும். மாறாக ஈழத் தமிழர்களுக்காகத் தமிழக – இந்திய நலன்களை விலை பேசுபவர்களால் இங்கு ஆதரவு பெற முடியாது. தமிழகத்தில் தமிழ்த் தேசியவாதம் பேசுபவர்கள் பாரதிய ஜனதாக் கட்சியின் இந்துத்துவத்தையும் சாதி அடிப் படையில் ஜெயலலிதாவையும் முழுமையாக எதிர்ப்பவர்கள். ஆனால் ஈழத் தமிழர் நலன் கருதி மத்தியில் பாஜகவும் மாநிலத்தில் அதிமுகவும் வெற்றிபெற வேண்டும் என்று இந்தத் தேர்தலில் விரும்பினர். இத்தகைய சந்தர்ப்பவாத நிலைப் பாடுகள் அவர்களை மக்களிடமிருந்து அந்நியப்படுத்தியே நிறுத்தியுள்ளன.

இந்தியப் பிரதமர்களில் தமிழக மக்களுக்கு மிக நெருக்க மாக இருந்தவர் ராஜீவ் காந்தி. தமிழகத்திற்கு அவர் வருகை தந்த அளவிற்கு வேறு எந்த மாநிலத்திற்கும் அவர் செல்ல வில்லை. இங்கு பெற்ற வரவேற்பை வேறு எங்கும் அவர் பெறவில்லை. ஜெயவர்த்தனேவுடன் உடன்படிக்கையில் ஈழத் தமிழர் பிரதிநிதியாக ராஜீவ் காந்தி கையெழுத்திட்டது, இந்திய அமைதிப் படையை இலங்கைக்கு அனுப்பிப் புலிகளை அழிக்க முயன்றது, அமைதிப் படையினரின் சொல்லொணாக் குற்றங் களுக்கு மௌன சாட்சியாக இருந்தது எனப் பல கடுமையான குற்றங்களை ராஜீவ் காந்திமீது சாட்ட முடியும். இருப்பினும் தமிழகத்தில் அவர் படுகொலை செய்யப்பட்டமை புலிகளை நிரந்தரமாகத் தமிழக மக்களிடமிருந்து அந்நியப்படுத்திவிட்டது.

ஈழத் தமிழர் ஆதரவு இயக்கத்தினர் ஈழத் தமிழர்களின் மனித உரிமை, சுயநிர்ணய உரிமை ஆகியவற்றை முன்வைத்துப் பொது இயக்கம் ஒன்றைக் கட்டி எழுப்பியிருக்க வேண்டும். மாறாக ராஜீவ் காந்தி கொலையை நியாயப்படுத்தியும் இந்திய

இறையாண்மைக்கு எச்சரிக்கை விடுத்தும் இந்திய ராணுவத் தைத் தாக்கியும் மேற்கொண்ட வன்முறையைத் தூண்டும் தீவிரவாதப் பேச்சுக்களையும் செயல்களையும் மக்கள் நிராகரித் துள்ளனர். இன்று ஈழத்தில் பேரழிவு நிகழ்ந்துவிட்டது. இங்கு வீர வசனங்களும் ஆண்மை முழக்கங்களும் சபதங்களும் எச்சரிக்கைகளும் தெருக்களில் சிதறிக் கிடக்கின்றன. தேர்தல் முடிவிலிருந்து எந்தப் பாடத்தையும் தமிழ்த் தேசியவாதிகள் கற்கவில்லை என்பதற்கு 21.05.09 அன்று சென்னையில் நடந்த 'அமைதிப் பேரணி'யில் தன்னிச்சையாக எழுப்பப்பட்ட முழக்கங்கள் சாட்சி. உதாரணத்திற்கு ஒன்று: "ராஜீவ் செத்தது போதாதா! ராகுலும் சாக வேண்டுமா!"

அதே நேரத்தில் 'ஈழத் தமிழர் பிரச்சனை தமிழக மக்களைப் பாதித்தாலும் அதைத் தேர்தல் பிரச்சனையாக மக்கள் பார்க்க வில்லை' எனப்படுவதையும் ஏற்பதற்கு இல்லை. அவ்வாறெல் லாம் தெளிவான மனப்பாகுபாடுகளோடு யாரும் செயல்பட முடியும் என்று தோன்றவில்லை. பழ. நெடுமாறனின் கருத்து ஓரளவிற்கு ஏற்கக்கூடியது. "ஈழப் பிரச்சனையில் தவறு செய்த காங்கிரஸ் கட்சியின் தமிழ் மாநிலத் தலைவர் தங்கபாலு, மத்திய அமைச்சர்கள் இளங்கோவன், மணிசங்கர் ஐயர், முன்னாள் மத்திய அமைச்சர் பிரபு ஆகியோர் மோசமான தோல்வியைத் தழுவினார்கள். குறைந்த வாக்குகள் வித்தியாசத் தில் சர்ச்சைக்குரிய வெற்றியைத்தான் ப.சிதம்பரமும் பெற முடிந்தது. காங்கிரஸ் வெற்றிபெற்ற ஒன்பது தொகுதிகளில் காஞ்சிபுரம், கடலூர், சிவகங்கை, தேனி, விருதுநகர், நெல்லை ஆகிய தொகுதிகளில் குறைவான வாக்கு வித்தியாசத்தில்தான் வெற்றியைப் பெற்றிருக்கிறார்கள்" (ஆனந்த விகடன், 27.05.09). ('கொங்கு முன்னேற்றக் கழகம்' சில தொகுதிகளில் காங்கிரஸ் தோல்விக்குக் காரணமாக அமைந்திருக்கக்கூடும்.) மேற்படி தொகுதிகளில் பல குழுக்களாக ஈழத் தமிழர் ஆதரவாளர்கள் மக்களிடையே பிரச்சாரம் மேற்கொண்டனர். அது தாக்கத்தை ஏற்படுத்தியது. ஜெயலலிதாவின் 'ஈழம் அமைப்பேன்' சவடாலும் ஆண்மைச் சிங்கங்களின் முழக்கங்களும் எதிர்மறை விளைவை ஏற்படுத்தின என்பது என் கணிப்பு.

இந்திய தேசிய விடுதலை இயக்கத்தில் தொடக்கக் காலம் முதல் தேசியத்தைப் பற்றிக் கடுமையான விமர்சனங்களை ரவீந்திரநாத் தாகூர் முன்வைக்கத் துவங்கினார். காந்தியும் நேருவும் பிற தலைவர்களும் அவரை இகழவில்லை. ஆங்கில அடிவருடியாகச் சித்தரிக்கவில்லை. துரோகிப் பட்டம் சூட்ட வில்லை. மாறாக, அவரது அக்கறைகளை மதித்தனர். ஆங்கி லேயர் மீதான வெறுப்பாக இந்திய தேசியம் உருவாகாது என அவருக்கு உறுதியளித்தனர். அவரது எச்சரிக்கைகளை

உள்வாங்கி இந்திய தேசியத்தைக் கட்டமைத்தனர். காங்கிரஸ் இயக்கம் தாகூருக்குப் பாராட்டையும் ஆதரவையும் வழங்கியது வரலாறு. காங்கிரஸ் முன்வைத்த இந்திய தேசியத்தோடு முரண்பட்ட சவார்க்கர், அம்பேத்கர், ஜின்னா, நேதாஜி, பகத்சிங், பெரியார் ஆகியோரைக் காங்கிரஸ் எதிர்கொண்ட முறை பற்றிய விமர்சனங்கள் பல உண்டு. ஆனால் அதில் வன்முறைக்கோ அழித்தொழிப்பிற்கோ இடமிருந்ததில்லை.

ஈழத் தமிழர்களுக்கு ஆதரவாக எழுத, பேச, இயங்க இந்திய சாசனத்தில் எந்தத் தடையும் இல்லை. இந்திய தேசத் திற்கு விரோதமாகப் பேசியதாலும் கருணாநிதியின் அரசிய லாலும் தேசியப் பாதுகாப்புச் சட்டத்தில் சில கைதுகள் நடந்தன. அது செல்லாது என நீதிமன்றம் தீர்ப்பளித்து அவர் கள் விடுதலை செய்யப்பட்டனர். ஈழத் தமிழ்த் தேசியத்தை முன்னெடுக்கும், கருணாநிதியை வன்மையாகக் கண்டிக்கும் 'கலைஞர் – ஒரு தமிழின க் கொலைஞர்', 'புதிய பராசக்தி', 'மனோகரா' போன்ற ஒளித்தட்டுகளை மக்களிடம் போட்டுக் காட்ட உயர் நீதிமன்ற அனுமதி பெற முடிந்தது. மக்கள் தொலைக்காட்சி அவற்றை ஒளிபரப்பியது.

இத்தோடு ஒப்பிடக்கூடிய அரசை மட்டுமல்ல எந்த ஒரு ஜனநாயக அமைப்பையும் தமிழ்த் தேசியம் தன் வரலாற்றில் உருவாக்கியது இல்லை. பாசிசத்தின் சாயைகளுடனேயே தமிழ்த் தேசியம் பிறந்து இன்றுவரை செயல்படுகிறது, தமிழகத் திலும் அப்பாலும்.

தமிழகத் தேர்தல் முடிவுகள் திமுகவுக்குப் பாதகமானவை யாக அமையும் என்பது பத்திரிகையாளர்கள், அரசியல் செயல் பாட்டாளர்கள், கருத்துக்கணிப்புகளின் ஒட்டுமொத்த முடிவாக இருந்தது. அந்நிலை கடைசி நாட்களில் மாறத் தொடங்கியது. பற்பல இடங்களிலிருந்தும் பெருமளவுக்குப் பணப் பட்டு வாடா நடைபெறுவதை அறிய முடிந்தது. சில இடங்களில் – உதாரணமாக விருதுநகரில் வைகோவைத் தோற்கடிக்கப் – பெருந்தொகை பட்டுவாடா செய்யப்பட்டது. முன்னர் இடைத் தேர்தல்களில் மட்டுமே சாட்டப்பட்ட பணப் பட்டுவாடா குற்றச்சாட்டுகள் இம்முறை பாராளுமன்றத் தேர்தலில் தமிழகம் முழுவதும் இருந்து தேர்தல் ஆணையத்திற்கு வந்ததைத் தேர்தல் ஆணையர் சுட்டிக்காட்டியுள்ளார்.

அகில இந்திய அளவில் வேறு எங்கும் இல்லாதவாறு தமிழகத்தில் மட்டுமே தேர்தல் முறைகேடுகள் பற்றிய சர்ச்சை ஏற்பட்டுள்ளது. சிவகங்கை, விருதுநகர், ஸ்ரீபெரும்புதூர் ஆகிய இடங்களில் எதிர்க்கட்சியினர் தேர்தல் முடிவுகளுக்குக் கடும் எதிர்ப்புத் தெரிவித்துள்ளனர். தேர்தல் கமிஷன் பெருமளவுக்கு

நியாயமான தேர்தலை நடத்த எல்லா முயற்சிகளையும் மேற் கொண்டது. எனினும் பற்பல முறைகேடுகள் பற்றிய தகவல் களும் சந்தேகங்களும் ஏற்பட்டுள்ளன.

முறைகேடுகள், பணம் கொடுத்தல் எதுவும் இந்தியத் தேர்தலுக்குப் புதிது அல்ல. எனினும் அவை தனித் தொகுதி களில் முடிவை மாற்றி அமைத்தாலும் ஒரு தேர்தலின் ஒட்டு மொத்தப் போக்கை மாற்றி அமைத்தது இல்லை. அவ்வாறு விஞ்ஞானரீதியான பணப் பட்டுவாடா, முறைகேடுகள், திட்ட மிட்ட செயல்பாடு ஆகியவற்றால் மாநில அளவில் தோல்வி யைத் தவிர்த்து வெற்றியை விலைக்கு வாங்கிய முதல் இந்திய நிகழ்வாகத் திமுகவின் இந்த வெற்றியைக் கணிக்கலாம்.

திமுகவின் பெருவாரியான பணப் பட்டுவாடா பற்றி எதிர்க் கட்சிகள் பெரிய எதிர்ப்பு எதையும் காட்டவில்லை. தமது தகுதிக்கு ஏற்ப எல்லாக் கட்சிகளுமே பணம் கொடுத் தன. ஸ்பெக்ட்ரம், சேது சமுத்திரம் ஆகியவற்றால் கொழுத்திருக் கும் திமுக அளவிற்குப் பணம் அவற்றிடம் இப்போது இல்லை என்பதும் பணப் பட்டுவாடா செய்யச் சீரிய முறைமையைத் திமுகவைப்போல அவற்றால் உருவாக்க முடியவில்லை என் பதுமே வேறுபாடு. தமிழகத்தைப்போல இத்தகைய பணப் பட்டுவாடா கலாச்சாரம் இந்தியாவில் வேறு எங்கும் அழுத்த மாக வேரூன்றவில்லை. கட்சிப் பணியாளர்களிடம் பேசிய போது, பிரச்சாரத்திற்குச் செல்கையில் பொதுமக்கள் 'கவர் இல்லையா?' எனக் கேட்பதும் பேரம் பேசுவதும் இங்கு சகஜ மாகிவிட்டது எனக் குறிப்பிட்டனர்.

அனைத்துத் தரப்பினராலும் மதிக்கப்படும் இந்திய கம்யூனிஸ்ட் கட்சியின் மூத்த தலைவரான ஆர்.நல்ல கண்ணு, "தேர்தலில் ஜனநாயக விதிமுறைகள் மீறப்பட்டுள்ளன. குறிப் பாகத் தமிழ்நாட்டில் தேர்தல் விதிமுறை மீறல் அதிகம். அரசியல் சூழ்ச்சி மற்றும் அதிகாரத்தைப் பயன்படுத்தி மக்களுக்குப் பணம் கொடுத்துத் தேர்தலை நடத்தியுள்ளனர். வாக்கு எண்ணப் பட்டு முடிவுகள் தெரிந்த பிறகும்கூட முடிவுகள் மாற்றப்பட் டுள்ளன. தேர்தலில் மின்னணு வாக்குப்பதிவு இயந்திரம் பற்றிய தொழில்நுட்பம் தெரிந்தவர்கள் இதைத் தவறாகப் பயன்படுத்தி யுள்ளனர். பணம் எவ்வளவு செலவானாலும் பரவாயில்லை, தேர்தலில் வெற்றிபெற வேண்டும் என்ற நோக்கில் திமுக கூட்டணிக் கட்சியினர் விதிமுறைகளை மீறிச் செயல்பட்டனர்" (தினமணி, 21.05.09) எனக் குறிப்பிட்டுள்ளார்.

வட இந்தியாவில் முன்னர் ஜனநாயக முறைமையில் பின்தங்கிய நிலை இருந்தது. இன்று தேர்தல் சீர்கேடுகள் அங்கு பெருமளவிற்குக் குறைந்துவிட்டன. அங்கு பெரும்பாலான

முதலமைச்சர்கள் நிர்வாகத்திறன் கொண்டவர்களாகவும் கை சுத்தமானவர்களாகப் பொதுமக்களால் மதிக்கப்படுபவர்களாக வும் உள்ளனர். வளர்ச்சித் திட்டங்கள், நிவாரண நடவடிக்கை கள் மூலம் பொது மக்களின் மதிப்பைப் பெற்றுத் தேர்தலில் வெற்றிபெறுகின்றனர். தமிழகத்தைப் போன்ற ஒரு கேடுகெட்ட நிலை இந்தியாவில் வேறு எங்கும் இன்று இல்லை.

ஈழப் பிரச்சனையில் இந்தியாவின் நிலைப்பாட்டையும் தமிழக அரசியல்வாதிகளின் நாடகங்களையும் ஈழத்து நண்பர் கள் குறைசொல்லும்போது இதுவரை தமிழக மக்களின் மெய் யான உணர்வுகளை நாம் முன்னிறுத்திப் பேச முடிந்தது. திமுகவால் விலைக்கு வாங்கப்பட்ட இந்த வெற்றியின் வழி தமிழ்ச் சமூகத்தையே அவர்கள் பழிக்கும் நிலை ஏற்பட்டுள்ளது. விலை போகும் சமூகம் பழிக்கப்பட வேண்டிய ஒன்றுதான். 'தமிழினத் தலைவர்' தமிழக மக்களுக்கு வழங்கியுள்ள வரலாற்றுப் பரிசாக இதைக் கொள்ளலாம்.

தேர்தலில் பெறப்பட்ட வாக்குகளைப் பார்க்கும்போது தேமுதிக வாக்குகள் பற்பல தொகுதிகளில் வெற்றி தோல்வியை நிர்ணயித்திருக்கின்றன. அரசு எதிர்ப்பு வாக்குகளை அது அதிகம் பெற்றிருக்கும் என்பதிலிருந்தும், 'கறுப்பு எம்ஜியா'ரின் வாக்காளர்கள் அதிகமும் அதிமுகவிலிருந்து பிரிந்தவர்கள் என்பதையும் கவனிக்கும்போது அதிகமும் அதிமுக வேட்பாளர் களே தேமுதிகவினால் தோல்வியைத் தழுவியுள்ளார்கள் என்பது உறுதி. இருப்பினும் திமுக தேர்தலில் தோல்வியைத் தழுவும் எனக் கணித்த மதிப்பீடுகள் தேமுதிகவையும் கணக்கில்கொண்டு செய்யப்பட்டவைதான். தேமுதிக ஓட்டைப் பிரித்தாலும் திமுக பெரும்பான்மையான தொகுதிகளில் தோற்கடிக்கப் படும் என்பதே பரவலான ஊகமாக இருந்தது. அந்த ஊகம் வரலாறு காணாத பணப் பட்டுவாடா மூலம் சிதறடிக்கப் பட்டது. தமிழகம் திருமங்கலமானது.

○

திராவிட இயக்கத்திலிருந்து தோன்றிய திமுக எட்டியிருக் கும் இன்றைய நிலையைப் பார்க்கும்போது ஜார்ஜ் ஆர்வல்லின் 'விலங்குப் பண்ணை' (*Animal Farm*) நாவல் நினைவுக்கு வரு வதைத் தவிர்க்க முடியவில்லை. அந்த நாவலின் கதைச்சுருக்கம் இதுதான். 'மேனர்' பண்ணையில் பல விலங்குகள் பண்ணையார் ஜோன்ஸ் குடும்பத்தினரின் கட்டுப்பாட்டில் வசிக்கின்றன. அந்தப் பண்ணையில் வசிக்கும் மேஜர் என்ற மூத்த பன்றிக்கு விலங்குகள் மனிதர்களிடமிருந்து விடுதலை பெறுவது பற்றிய சிந்தனை ஏற்படுகிறது. எல்லா விலங்குகளையும் அழைத்துத் தன் சிந்தனைகளை மேஜர் பகிர்ந்துகொள்கிறது. மேஜர் இறந்த

பின்னர் அவர் சிந்தனையால் தாக்கம் பெற்ற விலங்குகள் பண்ணையார் ஜோன்ஸ் குடும்பத்தினரை விரட்டிவிட்டுப் பண்ணையைத் தாமே நடத்துகின்றன. மேனர் பண்ணை விலங்குப் பண்ணையாகிறது. விலங்குகளில் புத்திக்கூர்மை கொண்டவையான பன்றிகளே நிர்வாகத்தைக் கையிலெடுக் கின்றன.

ஏழு கட்டளைகள் எழுதி வைக்கப்படுகின்றன.

1. இரண்டு காலில் நடப்பவை எதிரிகள்.

2. நான்கு கால்களுடையதும் இறக்கைகள் உடையனவும் நண்பர்கள்.

3. விலங்குகள் உடையணியக் கூடாது.

4. விலங்குகள் படுக்கையில் படுக்கக் கூடாது.

5. விலங்குகள் மது அருந்தக் கூடாது.

6. விலங்குகள் பிற விலங்குகளைக் கொல்லக் கூடாது.

7. எல்லா விலங்குகளும் சம அந்தஸ்து உடையவை.

நெப்போலியன் என்ற பன்றி பல நாய்க் குட்டிகளைத் தத்தெடுத்துத் தனது விசுவாசிகளாக, வேட்டை நாய்களாக வளர்த்துப் போட்டியாளர்களை விரட்டியும் மிரட்டியும் பண்ணையில் மேலாதிக்கம் பெறுகிறது. முதல் ஆறு கட்டளை கள் அனைத்தும் மீறப்படுகின்றன. நெப்போலியன் அவற்றை மீறும்போது கட்டளைகள் மாற்றி அமைக்கப்படுகின்றன. பன்றிகள் இறுதியில் இரண்டு கால்களில் நடக்கத் தொடங்கு கின்றன. அப்போது இறுதிக் கட்டளை இவ்வாறு மாற்றப்படு கிறது – "எல்லா விலங்குகளும் சம அந்தஸ்து உடையவை. ஆனால் சில விலங்குகள் பிறவற்றைவிட அதிக அந்தஸ்து கொண்டவை."

அக்கம்பக்கத்துப் பண்ணைக்காரர்கள் – மனிதர்கள் – பன்றிகளுடன் உறவாட, விருந்துண்ண வருகின்றனர். பண்ணை வீட்டினுள் நடக்கும் விருந்தைப் பிற விலங்குகள் வெளியில் நின்று ஜன்னல்வழிப் பார்க்கின்றன.

நாவலின் கடைசி வரி இது : "ஜீவராசிகள், பன்றிகளிலிருந்து மனிதர்களையும் பின்னர் மனிதர்களிலிருந்து பன்றிகளையும் மீண்டும் பன்றிகளிலிருந்து மனிதர்களையும் மாற்றி மாற்றிப் பார்த்தன. எது பன்றி எது மனிதன் என வேறுபடுத்துவது கடினமாகிக்கொண்டிருந்தது."

காலச்சுவடு இதழ் 114, ஜூன் 2009

குஜராத் மகாமசானம் :
திராவிடக் கட்சிகளின் எதிர்வினை

குஜராத் படுகொலையின் பின்னணியில் இந்திய இஸ்லாமியர்களின் நிலைமையை ஆராயும் கட்டுரை ஒன்று சமீபத்திய *EPW** இதழில் பிரசுரமாகியுள்ளது. இக்கட்டுரை முன்வைக்கும் கருத்துகளைச் சுண்டக் காய்ச்சிப்பார்த்தால், இதுதான் :

> இந்திய மாநிலங்களில் உருவாகி வரும் புதிய பிராந்தியக் கட்சிகளினால் அரசியலில் கடும் போட்டி ஏற்பட்டு வருகிறது. இந்நிலையில் இஸ்லாமியர்களின் ஓட்டுவங்கி மிக முக்கியமானது; தவிர்க்க முடியாதது. எனவே பிராந்தியக் கட்சி கள் இஸ்லாமியர்களின் ஓட்டுக்காக அவர்களுக்குப் பாதுகாப்பு அளிக்கும். கடும்அரசியல் போட்டி காரணமாகத் தமிழகத்திலும் கேரளத்திலும் இஸ்லாமியர்களுக்கு எதிரான வன்முறை ஒப்பீட் டளவில் மிகக்குறைவாக உள்ளது

விரிவான வாதங்களுடன் பலமான புள்ளிவிபர அட்டவணைகளுடன் எழுதப்பட்டுள்ள இந்தக் கட்டுரை இந்து – இஸ்லாமிய உறவின் எதிர்காலம் பற்றி அவ நம்பிக்கை மண்டியிருக்கும் இன்றைய சூழலில் நம்பிக்கை யின் ஒளிக்கீற்றுகளைப் பாய்ச்ச முயல்கிறது.

தமிழகத்தில் இஸ்லாமியருக்கு எதிரான உணர்வு மட்டுப்பட்டிருப்பதற்குக் காரணம் 1960களிலேயே இங்கு அரசியல் போட்டி பலமாகிவிட்டது. எனவே இஸ்லாமியர் ஓட்டுக்கான போட்டி அவர்களுக்குப் பாதுகாப்பை

---

* *Economic and Political Weekly* (Putting Gujarat in Perspective : Steven I Wilkman, EPW, April 27, 2002)

வழங்கியுள்ளது என்பதையும்; திராவிடர் / தமிழர் என்ற அடை
யாள அரசியலும் இஸ்லாமியருக்கு அரணாக இருந்துள்ளது
என்பதையும் மேற்குறிப்பிட்ட கட்டுரை சுட்டிக்காட்டுகிறது.

குஜராத் படுகொலை தேசப்பிரிவினைக்குப் பிறகு இந்தியா
கண்டிராத அளவுக்கு வன்மையானது என்பதால் அதற்கான
எதிர்வினையும் அகில இந்திய அளவில் தீவிரமாக முன்வைக்கப்
பட்டு வருகிறது. அடிப்படையில் இது குஜராத் என்ற ஒரு
மாநிலம் சார்ந்த பிரச்சினையாக இருந்தாலும், அதன் அதிர்வு
களும் விளைவுகளும் இந்தியாவின் எதிர்காலத்தையே பாதிப்
பவை என்பதால் அனைத்திந்திய அளவில் அரசியல் கட்சி
களுக்கு உள்ளேயும் இடையேயும் பல சலனங்களையும் கீறல்
களையும் பிளவுகளையும் இந்தப் பிரச்சினை ஏற்படுத்தியுள்ளது.

ஜார்ஜ் பெர்னாண்டஸின் சமதா கட்சியினுள் நரேந்திர
மோடியின் ராஜினாமாவைக் கோருவது தொடர்பாக விரிசல்
ஏற்பட்டது. நேஷனல் காங்கிரஸின் உமர் அப்துல்லா, மத்திய
மந்திரி பதவியை ராஜினாமா செய்துவிட்டு அரசைக் கடுமை
யாக விமர்சித்துப் பாராளுமன்றத்தில் திறம்படப் பேசினார்.
ராம்விலாஸ் பாஸ்வான், மத்திய அமைச்சரவையில் இருந்து
வெளியேறி அரசுக்கு எதிராக வாக்களித்தார். மம்தா பானர்ஜி
யின் திரிணமூல் காங்கிரஸ் மோடியின் ராஜினாமாவை உரக்க
கோரியது. தொலைக்காட்சியில் தோன்றிய அதன் தலைவர்
கள் மத்திய அரசுக்கு அளித்துவரும் ஆதரவை வாபஸ் வாங்கு
வது பற்றித் தாங்கள் இக்கட்டான சூழ்நிலையில் இருப்பதை
வெளிப்படையாகவும் கூச்சத்துடனும் ஒப்புக்கொண்டார்கள்.
பிஜூ ஜனதா தளம், என்சிபி, ஜான்எல்டி போன்ற கட்சிகளிலும்
இப்பிரச்சினை தொடர்பாகக் குழப்பமும் பிளவும் ஏற்பட்டன.
தெலுங்கு தேசம் கட்சி மோடியின் ராஜினாமாவைக் கோரி
வாஜ்பாய் அரசுக்குக் கடும் நெருக்கடியை ஏற்படுத்தியது;
தனக்கு அளிக்கப்பட்ட சபாநாயகர் பதவியையும் நிராகரித்தது.
லாலு பிரசாத் யாதவின் ராஷ்டிரிய லோக் தளமும் முலாயம்
சிங் யாதவின் சமாஜவாதி கட்சியும் மத்திய அரசை விமர்சிப்ப
தில் முன்னணியில் நின்றன. ஜேடி(யு), லோக் ஜனசக்தி போன்ற
கட்சிகளும் மோடியின் ராஜினாமாவைக் கோரின. உத்தரப்
பிரதேசத்தில் பாஜகவுடன் கூட்டணி அமைத்த பகுஜன் சமாஜ்
கட்சியின் மாயாவதி மோடியைக் கண்டிக்கத் தயங்கியதால்
கடும் விமர்சனத்திற்கு ஆளானார். இந்தப் பிரச்சினையை
அடுத்து ஆரிஃப் முகமதுகான் பிஎஸ்பியிலிருந்து ராஜினாமா
செய்தார்.

அதாவது அனைத்திந்திய அளவில் குஜராத் பிரச்சினைக்கு
முகங் கொடுக்கவேண்டிய கட்டாயம் எல்லாக் கட்சிகளுக்கும்

ஏற்பட்டது. இது போதுமான அளவில் இருந்ததா என்பது விவாதத்திற்கு உரியது. ஆனால் எல்லோரும் ஒரு நிலைப்பாடு எடுக்கவேண்டிய நிலையும் அல்லாதுபோனால் அதற்கொரு விலைகொடுக்கவேண்டிய சூழலும் இருந்தது.

இந்தப் பின்னணியில் திராவிட அரசியலின் கருவறையான தமிழகத்தில் அரசியல் கட்சிகள் குஜராத் பிரச்சினையை எவ்வாறு எதிர்கொண்டன என்பதைப் பார்க்கலாம்.

ஜெயலலிதா மோடியின் ராஜினாமாவைக் கோரினார் என்றபோதிலும் அதை ஒரு கொள்கை முடிவாகக்கொள்ள முடியவில்லை. அவர் எதிர்பார்த்த சமிக்ஞைகள் மத்திய அரசிடமிருந்து கிடைத்தவுடன் அவரது நிலை மாறிவிட்டது. மேலும் இந்த முடிவில் கட்சிக்குக் குறைந்தபட்சப் பங்குகூட இல்லை. அதிமுகவில் இருக்கும் இஸ்லாமிய உறுப்பினர்களின் கருத்து அறியப்பட்டதாகவும் தெரியவில்லை. காய் நகர்த்தல் அல்லது கண்ணாமூச்சி விளையாட்டு என்ற அளவிலேயே அதிமுகவின் 'கொள்கை' முடிவுகள் உள்ளன. திமுக குஜராத் மீதான ஓட்டெடுப்பில் மத்திய அரசை ஆதரித்து வாக்களித்தது.

இவை நீங்கலாக அகில இந்திய அளவில் மோடியை ஆதரித்த மிகச் சில கட்சிகளுள் இரண்டு கட்சிகள் தமிழகத் தைச் சேர்ந்தவை. பாமகவும் மதிமுகவும். இந்த இரு கட்சிகளும் புலி ஆதரவுக் கட்சிகள். யாழ்ப்பாணத்திலிருந்து இஸ்லாமியர் களை 24 மணி நேரம் கெடுவைத்துப் புலிகள் வெளியேற்றியதை மௌனமாக ஆதரித்த கட்சிகள் என்பதையும், இரண்டு கட்சி களுமே பெரியாரைத் தங்கள் வழிகாட்டியாகத் தீவிரமாக முன்வைப்பவை என்ற முரணையும் குறிப்பிட வேண்டும். அதிலும் வைகோ குஜராத் மீதான பாராளுமன்ற விவாதத்தின் போது எதிர்க்கட்சிகளின் கடுமையான தாக்குதலால் சோர்ந் திருந்த வாஜ்பாயியைத் தனது திறமையான வாதங்கள் மூலம் ஆதரித்து உற்சாகமூட்டியவர் என்பது கவனத்திற்குரியது. மேற்படி கட்சித் தலைவர்களின் நிலைப்பாட்டுக்கு எதிராக எந்தக் கட்சியினுள்ளும் ஒரு சிறு முணுமுணுப்பும் வந்ததாகத் தெரிய வில்லை. இது எந்த அளவுக்கு ஆபத்தான ஒரு நிலை என்பதைச் சொல்ல வேண்டியதில்லை.

திராவிட அரசியல் முன்னிலைப்பட்டிருக்கும் தமிழகத்தில், திராவிட இயக்கத்தின் வாரிசுகளாக உருவாகியிருக்கும் கட்சிகள் ஆதிக்கம் செய்துவரும் தமிழகத்தில் இன்று இந்நிலை ஏற்பட என்ன காரணம்? இங்கு இன்று அரசியலில் வாக்குகளுக்காகக் கடும் போட்டி நிலவும் நிலையிலும் கணிசமான எண்ணிக்கை யில் உள்ள இஸ்லாமியர்களின் ஓட்டு யாருக்குமே தேவைப்

படாத நிலை இருப்பதற்குக் காரணம் என்ன? இஸ்லாமியர் களின் ஓட்டைக் கருதியேனும் அவர்களுடைய நலன்களைப் பாதுகாக்கும் கட்சி எது என்பவை போன்ற கேள்விகளுக்குப் பொருத்தமான விடை இல்லை.

பாரதிய ஜனதாக் கட்சி தமிழகத்தில் கால் ஊன்றிய போது அது தனது அணுகுமுறையில் தமிழக அரசியல் சூழலுக்கு ஏற்றாற்போலப் பல மாற்றங்கள் செய்ய வேண்டிய கட்டாயம் ஏற்பட்டது. அகில இந்திய அளவில் பிராமணர்களின் ஆதிக்கத் தில் இருந்து வரும் இந்தக் கட்சி தமிழகத்தில் பல பிற்படுத்தப் பட்ட ஜாதித் தலைவர்களை முன்னிலைப்படுத்தியது. நல்ல தமிழில் பேச அதன் பிராமணத் தலைவர்கள் முயற்சி எடுத் தார்கள். அரசியலை நடத்திய பாங்கிலும் தேர்தலைச் சந்தித்த முறையிலும் திராவிட அரசியலின் தாக்கத்தை அது உள் வாங்கிக்கொள்ள வேண்டிய கட்டாயம் ஏற்பட்டது. இன்று பாரதிய ஜனதாக் கட்சியும் அதற்கு முன்னர் இதே போக்கிற்கு ஆளான காங்கிரசும் திராவிடமயமான போக்கு வீரியமிழந்து விட்டது. தேசியக் கட்சிகள் திராவிடமயமாக வேண்டிய நிலை இப்போது தேவையற்றதாகிவிட்டது. இப்போது தமிழக அரசியலில் நடந்து வருவது திராவிட அரசியலின் தேசிய மயமாதலும் இந்துமயமமாதலும்தான். ஆர்எஸ்எஸ்ஸுக்கு ஓர் உன்னத இஸ்லாமியராகக் காட்சி தரும் அடுத்த ஜனாதிபதி அப்துல்கலாம், திராவிடக் கட்சிகளுக்கும் தமிழ்த் தேசியவாதி களுக்கும் உன்னதமான பச்சைத் தமிழராக ஏககாலத்தில் காட்சி தருகிறார்.

இந்த இந்துமயமாதல் போக்கின் தலைமைப் பூசாரியாகச் செயல்பட்டு வருபவர் 'தமிழின த் தலைவர்' மு. கருணாநிதி. இந்த நோக்கில் அவரது மஞ்சள் துண்டு பொருத்தமான குறியீடாக உள்ளது. இப்போதும் நினைவிலி மனதின் தாக்கத் தில் அவ்வப்போது 'பகுத்தறிவு' பற்றி அவர் பேசினாலும் அதைப் பொருட்படுத்த வேண்டியதில்லை. திமுகவினர் 'தீ மிதிப்பது' பற்றிக் கலைஞர் கண்டித்த நிகழ்வை எடுத்துக்கொள் வோம். (தீ மிதிப்பது போன்ற பகுத்தறிவுக்கு அப்பாற்பட்ட நம்பிக்கைகளை ஒடுக்குவதானது மதவாதம் இந்தியாவில் ஓங்குவதற்கு ஒரு முக்கியக் காரணம் என்ற பொருள்பட இம்தியாஸ் அகமது கடந்த காலச்சுவடு இதழில் வெளியான கட்டுரையில் குறிப்பிட்டுள்ளார்.) திமுக தொண்டர்கள் தீ மிதித்துப் பக்தியை வெளிப்படுத்தியதைக் கண்டித்த கருணாநிதியிடம் மூத்த திமுக தலைவரும் அப்போது சட்ட மன்ற சபாநாயகராகச் சிறப்பாகச் செயல்பட்டு வந்தவருமான பழனிவேல் ராஜனின் பக்தி பற்றிக் கேட்டபோது அவர் அளித்த பதில் அவரது மாறிவரும் மனநிலைக்கும் தமிழக அரசியலில் நிகழ்ந்துவரும் இயங்கியலுக்கும் சான்று என்ப

தோடு, இன்று கருணாநிதியின் வறிய மூற்காலத்தை ஜெய லலிதாவின் சீரும் சிறப்புமான பிறப்பு வளர்ப்பு நிலையோடு ஒப்பிட்டுச் சட்டமன்றத்தில் பேசப்பட்டதைக் கண்டிக்கும் நேரத்தில் கவனத்தில் கொள்ளவேண்டியதுமாகும். கருணாநிதி யின் மறுமொழி இதுதான்: "அவர் (பழனிவேல் ராஜன்) பரம்பரை பக்தர்; பஞ்சத்திற்கு வந்த பக்தர் அல்ல."

இஸ்லாமியர்களின் ஆதரவை வேண்டும் எந்தக் கட்சியும் இன்று தமிழகத்தில் இல்லை என்பது நிச்சயமாக அரசியலில் ஆபத்தான ஒரு நிலையைச் சுட்டும் செய்தியாகும். வாணியம் பாடி இடைத் தேர்தலில் இந்த ஆபத்தான நிலை துல்லியமாக வெளிப்பட்டது. குஜராத் பிரச்சினையில் பாராளுமன்றத்தில் அரசுக்கு ஆதரவாக வாக்களிக்கும்படி தனது கட்சிக்கு உத்தர விட்ட கையோடு வாணியம்பாடிக்கு 'இஸ்லாமியர்களின் நண்பனாக'ப் பிரச்சாரத்திற்கு வருகை தந்தார் மு.கருணாநிதி. இஸ்லாமியர்கள் பெரும்பான்மையினராக இருக்கும் இந்தத் தொகுதியில் வாஜ்பேயியின் புகழ் பாடி வைகோ ஓட்டுக் கேட்டார். ஜெயலலிதா ஒரு இந்து வேட்பாளரை நிறுத்தி இஸ்லாமியர்களின் ஓட்டைப் பெறமுடியும் என்பதை நிரூபித்துக் குறைந்தபட்சமான ஓட்டுவங்கி அரசியல்கூட இனித் தேவை இல்லை என்பதை நிரூபித்துள்ளார்.

இந்த மாற்றங்களுக்குப் பொதுவாக நிகழ்ந்து வரும் இந்துத்துவமயமாதல் போக்கோடு இஸ்லாமிய அடிப்படை வாதத்தின் தாக்கத்தால் இஸ்லாமியச் சமூகம் தம்மைப் பொது நீரோட்டத்திலிருந்து விலக்கிக்கொள்வதும், ஏற்பட்டிருக்கும் நெருக்கடிக்கு எதிர்வினையாக உள்முகமாகச் சுருங்கிக்கொள் ளும் தன்மையும் காரணங்கள். இஸ்லாமியர்களின் இந்த அணுகு முறை, அதிலும் குறிப்பாக மதம் சார்ந்த இறுகிய பார்வை, இந்துத்துவவாதிகள் அல்லாத இந்துக்களையும் இஸ்லாமியர் களிடமிருந்து அந்நியப்படுத்துவதாக உள்ளது. இப்படி அந்நியப் படுகிற ஒரு இந்து, இஸ்லாமியர்களைப் 'பிறராக', 'அன்னிய ராக', 'எதிரியாக' மிக எளிதில் உருவகித்துக்கொள்கிறான். தமிழ் அடையாளத்திலிருந்து இஸ்லாமியர்கள் விலகிச் செல்லும் போக்குத் தமிழ்த் தேசியச் சார்பு உள்ளவர்களையும் இஸ்லாமியர் களின் எதிர்நிலைக்குத் தள்ளியுள்ளது. எந்த மதவாத அமைப்பிலும் அங்கம் வகிக்காத ஒருவன் ஒரு கணநேர வெடிப்பில் ஒரு மதக்குழுவுக்கு எதிராக மிகப் பெரும் வன்முறையாளனாக மாறும் ரசவாதத்தின் அடிப்படை இதில்தான் உள்ளது.

ஒப்பீட்டளவில் தமிழகம் இன்றும் 'அமைதிப் பூங்கா'வாக இருக்கலாம். ஆனால் குஜராத் நமக்கு வெகு தொலைவில் இல்லை.

காலச்சுவடு இதழ் 42, ஜூலை – ஆகஸ்ட் 2002

இந்துத்துவ நாயகர்களை உருவாக்குவது எப்படி? – ஒரு மதச்சார்பற்ற செயல்திட்டம்

வருண் காந்தியின் பெயர், இந்த மார்ச் மாதம் வரை இந்தியாவின் முதல் 500 தலைவர்களின் பெயர்ப் பட்டியலில் இடம்பெற்றிருக்காது. இன்று அவர் ஒரு இந்துத்துவத் தியாகி. சிறையிலிருந்து விரைவில் மீண்டு நாடெங்கும் சூறாவளிப் பிரச்சாரம் செய்வாரா என்றும், அவருடைய செயல்பாடுகளும் அவருக்கு எதிரான செயல் பாடுகளும் பாஜக ஆட்சியைப் பிடிக்கச் சாதகமாக அமையுமா என்றும் இன்று விவாதிக்கப்படுகிறது. தனது தொகுதியில் வருண் காந்தி வெற்றிபெறும் வாய்ப்பு கள் அதிகம். பாஜக ஆட்சி அமைத்தால் அவருக்கு அமைச்சரவையில் இடம் உறுதி.

வருண் காந்தி இஸ்லாமியர்களுக்கு எதிராக வன் முறையைத் தூண்டும் விதத்தில் பேசியுள்ளமை தெளிவு. இப்பேச்சு சுமார் 500 அல்லது 1000 மக்கள் முன்னிலை யில் நிகழ்த்தப்பட்டது. பேசிய இரண்டு வாரங்களுக்குப் பின்னர் அதன் ஒளிப்பதிவு 'செக்குலர்' ஆங்கில ஊடகங் களின் கையில் சிக்கித் 'தேசிய'ச் செய்தியாக மாறியது. பல நாட்களுக்கு மீண்டும் மீண்டும் அந்தப் பேச்சு மறு ஒளிபரப்புச் செய்யப்பட்டது. பல லட்சம் மக்களின் பார்வைக்குச் சென்றது.

வருண் காந்தியின் பேச்சைப் பாஜக முதலில் கண்டித் தது. தனது தரப்பைப் பதிவுசெய்யப் பத்திரிகையாளர் களைச் சந்திக்கப் பாஜக தில்லி அலுவலக வசதியை வருண் காந்தி கோரியபோது கட்சி மறுத்துவிட்டது.

'சற்றே தள்ளியிரும் பிள்ளாய்' என்பதே அதன் முதல் எதிர் வினையாக இருந்தது. வரும் தேர்தலில் தனிப்பெரும்பான்மை தனக்குக் கிடைக்கும் வாய்ப்பில்லை என்பது அதற்குத் தெரியும். தேர்தலுக்குப் பிறகு அத்வானி தலைமையில் கூட்டணி அமைய வேண்டுமெனில் இன்று கொஞ்சம் அடக்கி வாசிப்பது அவசியம். கூட்டணியில் இருக்கும் எல்லாக் கட்சிகளும் இந்துத்துவச் செயல்திட்டத்தை ஆதரிப்பவை அல்ல. கூட்டணி மாறினால் கம்யூனிஸ்டுகளால் செக்குலர் கட்சிகளாக ஞானஸ்நானம் செய்யப்பட்டுவிடக்கூடிய கட்சிகளே பலவும். இந்தத் தேர்த லில் வளர்ச்சித் திட்டங்களைப் பிரச்சாரத் தளமாகவும் இந்துத் துவத்தை இலைமறை காயாகவும் முன்னெடுப்பது அதன் தந்திரோபாயமாகத் தெரிகிறது. வருண் காந்தியின் பேச்சு இதற்குப் பொருந்திவரவில்லை.

ஆனால் நமது செக்குலர் ஊடகங்கள் விடவில்லை. மீண்டும் மீண்டும் வருண் காந்தியின் பேச்சை ஒரு பிரச்சாரமாகவே முன்னெடுத்து உத்தரப்பிரதேசத்தில் பாபர் மசூதி இடிக்கப் பட்ட காலத்தில் இந்துத்துவ இளைஞர்களுக்கு ஏற்பட்டிருந்த எழுச்சிக்கு நிகரான எழுச்சியை ஏற்படுத்தின. கட்டம் கட்டி வருண் காந்திப் பிரச்சனையைக் கையிலெடுக்கப் பாஜகவுக்கு நெருக்கடி கொடுத்தன. அது வெறும் நெருக்கடியாக மட்டுமல்ல, தேர்தல்கால அரிய வாய்ப்பாகவும் பாஜகவுக்கு அமைந்தது. வருண் காந்தி பிரச்சினைக்குக் காட்சி ஊடகங்கள் 300 மணி ஒளிபரப்பு நேரத்தை ஒதுக்கியதாக ஒரு ஆய்வு குறிப்பிடுகிறது. ஊடகங்கள் ஒரு புதிய இளைய தளபதியைப் பாஜகவுக்கு ஏற்படுத்திக் கொடுத்துள்ளன. ராகுல் காந்தி பல ஆண்டு களாக உழைத்து ஏற்படுத்திய பிம்பத்திற்கு நிகரான இந்துத்துவ ஆளுமையை செக்குலர் ஊடகங்கள் ஒரே வாரத்தில் வருண் காந்திக்கு ஏற்படுத்திக் கொடுத்தன.

வருண் காந்தியின் வன்முறைப் பேச்சு ஒரு ஊடகத்தின் கையில் ஒளிப்பதிவாகக் கிடைக்கப்பெற்றால் அது செய்தி யாக்கப்பட வேண்டும் என்பதில் ஐயமில்லை. அவ்வாறு செய்தியாவதைத் தொடர்ந்து அவர்மீது மாநில அரசும் தேர்தல் கமிஷனும் சட்டப்படி நடவடிக்கை எடுக்க வேண்டும் என்பதும் மிக அவசியம். ஆனால் நடைபெற்றது வேறு.

வருண் காந்தியின் பேச்சு ஒரு திட்டமிட்ட பிரச்சாரமாக 'செக்குலர்' ஊடகங்களால் முன்னெடுக்கப்பட்டது. அவ்வாறு செய்தி என்ற நிலையைத் தாண்டிய பிரச்சாரம் நடக்கும் போது, அவர்களின் அறிவிக்கப்பட்ட நோக்கம் மதவாதத்திற்கு எதிரான பிரச்சாரமாக இருக்கலாம். ஆனால் பார்வையாளர் களுக்குச் சென்று சேரும் செய்தி என்னவென்பதை அவர்கள்

ஒருபோதும் கட்டுப்படுத்த முடியாது. அது நடுநிலையாளர் களின் கசப்பாக, இந்துத்துவவாதிகளின் களிப்பாக, இஸ்லாமி யர்களின் வெறுப்பாகவும் அச்சமாகவும் பல பரிணாமங்களைப் பெறக்கூடியது. ஓராயிரம் மக்கள் முன்னால் வருண் காந்தி இத்தகைய பேச்சை நிகழ்த்துவது வன்முறையைத் தூண்டும் என அச்சப்படுவது நியாயமானது. அவர் தண்டிக்கப்பட வேண்டும். ஆனால் இந்தப் பேச்சைப் பலமுறை மறு உற்பத்தி செய்து அதை இந்திய மக்கள் முன்னர் பரப்பிய ஊடகங் களைக் கட்டுப்படுத்த வேண்டாமா? பிலிபிட்டிற்குச் சென்று வருண் காந்தி உணர்ச்சிமயமான, கொந்தளிப்பான சூழலில் பெரும் வன்முறை ததும்பிய அரசியல் நாடகத்தை அரங்கேற்ற முடிந்ததென்றால், அந்த நாடகத்தின் தயாரிப்பாளர்கள் இந்துத்துவ சக்திகள் என்றாலும் இணைத் தயாரிப்பாளர்கள் ஊடகங்களும்தாம் என்பதை உணர்வது முக்கியம். தேர்தல் காலத்தில் அரசியல்வாதிகளுக்குப் பல கட்டுப்பாடுகள். ஆனால் ஊடகங்களுக்கு இல்லையா? மும்பை 26/11 தாக்குதல் ஏற்படுத் தாத ஒரு மதப்பிளவு இன்று வருண் காந்தி பிரச்சனையில் ஏற்பட்டுள்ளது. இதற்கு ஊடகங்களும் கணிசமான பொறுப்பை ஏற்க வேண்டும்.

இத்தகைய வன்முறைப் பேச்சை நிகழ்த்திய வருண் காந்தி மீது அரசும் தேர்தல் கமிஷனும் சட்டரீதியான நடவடிக்கை எடுத்திருந்தால் அவர் குற்றவாளியாகப் பார்க்கப்பட்டிருப் பார். ஆனால், அதையும் மீறிய தேர்தல் கால அரசியலில் அவை ஈடுபட்டதால் இந்துத்துவவாதிகள் ஒரு தியாகியாக இன்று அவரை மக்கள் முன்வைப்பது சாத்தியப்பட்டுள்ளது.

வருண் காந்திமீது மாயாவதி அரசு உறுதியான நடவடிக்கை எடுத்திருந்தால் பாராட்டப்பட்டிருக்கும். ஆனால் கொலைக் குற்றச்சாட்டையும் தேசியப் பாதுகாப்புச் சட்டத்தையும் அவர் மீது பிரயோகித்திருப்பது தேர்தல்கால அரசியலாகவே பார்க்கப் படுகிறது. காஷ்மீர் முதலமைச்சர் உமர் அப்துல்லா, வருண் காந்தியின் பேச்சு வக்கிரமானது, ஆனால் அவர்மீது தேசியப் பாதுகாப்புச் சட்டத்தைப் பிரயோகிப்பது தேவையற்றது எனக் கருத்துத் தெரிவித்துள்ளார். தேர்தல் களத்தில் சமாஜ்வாதிக் கட்சியின் ஆதரவாளர்களாக இருக்கும் இஸ்லாமியர்களின் ஓட்டை ஈர்ப்பது மாயாவதியின் நோக்கம். சில்லறை வளர்ச்சித் திட்டங்களை அறிவித்தால் பாயும் தேர்தல் கமிஷனுக்குத் தீங்கான இந்த 'மதச்சார்பற்ற' அரசியலைத் தடுக்க அதிகாரம் இல்லை.

வருண் காந்தியை வேட்பாளராக நிறுத்த வேண்டாம் எனத் தேர்தல் கமிஷன் பாஜகவுக்குப் போட்ட 'உத்தரவு'

பொருத்தமற்றது. முதலில் அதற்கு இத்தகைய அறிவுறுத்தல்களை இலவசமாக வழங்கும் அதிகாரம் இல்லை. இரண்டாவது, சுதந்திர இந்தியாவின் எந்தக் கட்டத்திலும் எந்தக் கட்சியையும் அது இவ்வாறு அறிவுறுத்தியது இல்லை. வருண் காந்தி 'கையை வெட்டிவிடுவேன்' என வெறுப்பைக் கக்கியது உண்மை. ஆனால் கையை மட்டுமல்ல பல தலைகளை வெட்டியவர்களும் மதக் கலவரங்களையும் படுகொலைகளையும் நேரடியான செயல் பாடுகள் மூலம் தூண்டி விட்டவர்களும் இன்று இந்தியாவெங் கும் அதிகாரத்தில் உள்ளார்கள். இந்தத் தேர்தலிலும் போட்டி யிடுகிறார்கள்.

அத்வானி உட்பட பல பாஜக தலைவர்கள் ராம ஜென்ம பூமி இயக்கத்தின் வன்முறைக்கு நேரடிப் பொறுப்பு ஏற்க வேண்டியவர்கள். குஜராத்தில் பெரும் மதக் கலவரத்தைத் தலைமை ஏற்று ஐரூராக நிறைவேற்றிய மோடி இப்போதைக்கு அசைக்கமுடியாத அதிகாரத்தில் உள்ளார். தில்லியில் 1984 இல் சீக்கிய மதக்கலவரத்தில் முன்னின்று படுகொலையில் ஈடுபட்ட ஜெகதீஷ் டைட்லர் மற்றும் சஜ்ஜன் குமார் தில்லி காங்கிரஸ் வேட்பாளர்களாக அறிவிக்கப்பட்டுப் பின்னர், அமைச்சர் ப. சிதம்பரம்மீது சீக்கியப் பத்திரிகையாளர் ஜர்னயில் சிங் ஷூ வீசியது, சீக்கியர்களின் போராட்டம் ஆகியவற்றை அடுத்து – தேர்தல் கமிஷனுக்குப் பயந்து அல்ல – வேட்பாளர் பட்டியலிலிருந்து நீக்கப்பட்டனர். 2004 தேர்தலிலும் இவர்கள் இருவருமே வேட்பாளராக நிறுத்தப்பட்டனர். ஆனால் இப் போது பிரச்சனை வெடித்ததற்குக் காரணம், 2004க்குப் பிறகு சமர்ப்பிக்கப்பட்ட, 1984 சீக்கியப் படுகொலை பற்றிய நானாவதி கமிஷன் அறிக்கை இவர்களைக் குற்றஞ்சாட்டியதோடு மேலும் விசாரிக்கும்படியும் அறிவுறுத்தியிருந்தது. இப்போது டைட்லரை வேட்பாளராக அறிவித்த பிறகு, பெரிதும் அரசுக் கட்டுப்பாட் டில் செயல்படுவதாகப் பார்க்கப்படும் சிபிஐ, டைட்லருக்கு நிரபராதிச் சான்றிதழ் வழங்கியது. இதுவே சீக்கிய மக்களை ஆத்திரப்படுத்தியது.

தமிழகத்தில் பல படுகொலைகளில் குற்றவாளியாகக் கருதப்படும் மு.க. அழகிரி மதுரை வேட்பாளராக அறிவிக்கப் பட்டுள்ளார். தேர்தல் ஆணையர் நரேஷ் குப்தாவை 'நோஞ்சாம பய' என்று வசைபாடியுள்ள அஞ்சாநெஞ்சர் இவர். கட்சி பேதமின்றி எல்லாக் கட்சிகளிலும் கிரிமினல்கள் வேட்பாள ராகி அதிகாரத்திலும் பொறுப்பேற்று வருகிறார்கள். மத்திய அமைச்சரும் நாடறிந்த மதச்சார்பற்ற (ஆனால் சாதிச்சார்புள்ள) தலைவருமான லல்லு பிரசாத் யாதவ், தான் உள்துறை அமைச்ச ராக இருந்தால் வருண் காந்தியை 'ரோட் ரோலரால் சட்னி

யாக்கியிருப்பேன்' என முழங்கியிருக்கிறார். இவற்றிற்கெல்லாம் தனது வரையறைகளுக்கு உட்பட்டுப் பெரிதும் மேலோட்ட மான நடவடிக்கைகளை எடுத்துவரும் தேர்தல் கமிஷன் மீடியா பிரச்சாரத்திற்கு இரையாகி நிலைதடுமாறி வருண் காந்தி பிரச்சனையில் பாஜகவுக்கு அறிவுறுத்தல் வழங்கியது தவிர்க்கப் பட்டிருக்க வேண்டும்.

வருண் காந்தி இதற்கு முன்னர் அதிதீவிர இந்துத்துவ நிலைப்பாட்டை எடுத்ததில்லை. இதுகூட ஒரு தேர்தல்காலத் தந்திரப் பேச்சாக இருந்திருக்கக்கூடும். ஆனால், மீடியா அவ ருக்குக் 'காவி காந்தி' என்று சூட்டியிருக்கும் நாமத்திலிருந்து அவர் மீள்வது கடினம். இனி அந்த நாமத்தில் அமிழ்ந்து தீவிரவாதியாகச் செயல்படுவதிலேயே அவருடைய அரசியல் நலன் தங்கியிருக்கிறது. அடுத்த அரை நூற்றாண்டுக்காலம் தனது அரசியல் வாழ்க்கையில் தீவிர இந்துத் தலைவராக அவர் ஏற்படுத்த இருக்கும் தாக்கத்தின் சாத்தியப்பாட்டை நினைக்கும் போது வருத்தமே மேலோங்குகிறது. ஊடகங்களின் ஒருவாரக் கூத்தின் தாக்கம் நம் வரலாற்றோடு பின்னிப் பிணைகிறது.

இனி நமது முற்போக்கு அறிவுஜீவிகளின் அணுகு முறை. இவர்கள் பார்வையில் தேசியப் பாதுகாப்புச் சட்டத்தை அரசியல் காரணங்களுக்காகப் பிரயோகிப்பது பிழை. ஆனால், கைதுசெய்யப்படுபவர் இந்துத்துவவாதி என்றால் மெளனம்.

இந்திய அரச அமைப்பில் குறிப்பாகப் பாதுகாப்புத் துறை களில் ஒரு இந்துச் சார்பும் இஸ்லாமிய வெறுப்பும் இருப்பது உண்மை. எனவே இஸ்லாமியர்களைப் பயங்கரவாதிகளாகக் கைதுசெய்யும்போது பின்னணியை ஆராய்ந்து பார்ப்பது அவசியம். குற்றம் நீதிமன்றத்தில் நிருபிக்கப்படும்வரை குற்றஞ் சாட்டப்பட்டவர் குற்றவாளியாகக் கருதப்படக் கூடாது; அவரது மனித உரிமைகள் பேணப்பட வேண்டும்; அவரை 'உண்மை' பேச வைக்கும் சிகிச்சைகளுக்கு உட்படுத்தக் கூடாது என்பன போன்ற போற்றுதலுக்குரிய நிலைப்பாடுகள் நமது முற்போக்கு அறிவுஜீவிகளிடம் உண்டு. ஆனால் இந்துத் தீவிரவாதிகள் கைதுசெய்யப்பட்டவுடன் அவர்களைக் குற்றவாளிகளாக முடிவு செய்வது, அவர்கள் கண்டிக்கத் தகுந்த விசாரணை முறை களுக்கு உட்படுத்தப்படும்போது மெளனம் காப்பது, இந்துத்துவ வாதிகள்மீது அரசியல் காரணங்களுக்காகத் தேசியப் பாதுகாப்புச் சட்டம் பாயும்போது சற்றே சன்னமான ஆதரவை வழங்குவது – இதுவும் நமது முற்போக்குவாதிகளின் நடைமுறை. இன்னும் சொல்லப்போனால் இந்துத்துவ சக்திகள் முன்வைக்கும் 'போலி மதச் சார்பின்மை', 'பக்கச் சார்பான மதவாத எதிர்ப்பு' ஆகிய

குற்றச்சாட்டுகளுக்கு ஆதாரங்களை வழங்கி, அவர்களது பிரச்சாரப் பீரங்கிகளுக்குக் குண்டு தயாரிப்பவர்களாகச் செயல் படுவது 'செக்குலர்' ஊடகங்களும் முற்போக்கு அறிவுஜீவிகளுமே.

வருண் காந்தி, நரேந்திர மோடி போன்றவர்களைப் பாஜக போல உடனடியாக ஆதரிப்பவர்கள் மதவாதிகள்; சில பல ஆண்டுகளுக்குப் பின்னால் காங்கிரஸைப்போல ஜெகதீஷ் டைட்லரையும் சஜ்ஜன் குமாரையும் ஆதரிப்பவர்களை மதச் சார்பற்றவர்களாகப் பார்க்க முடியாது. பா.ஜ.கவுடன் கூட்டணி அமைத்தால் மதவெறிக் கட்சி, பிரிந்துவிட்டால் செக்குலர் கட்சி என்பதும் அரசியல் அபத்தம். மதச்சார்பின்மை ஒரு கோட்பாடு; மதவாதம் அதற்கு முரணான மற்றொரு கோட்பாடு. இரண்டுக்கும் மாறிவருபவர்கள் சந்தர்ப்பவாதிகள். இதில் கங்கா ஸ்நானம், அக்னிப் பரிட்சை எதற்கும் இடமில்லை.

பிரச்சனை முற்போக்கு அறிவுஜீவிகளின் நல்லெண்ணம், ஆத்மார்த்தமான நோக்கம் பற்றியதல்ல. கடந்த இருபது ஆண்டு களாகச் சமூகத்தளத்தில் நிகழும் மதவாத அரசியலை மறுக்க முதலில் அதை நேர்மையாக விளங்கிக்கொள்வதும் புராதன நிலைப்பாடுகளை மறுபரிசீலனை செய்துகொள்வதும் இன்றி யமையாத தேவை என்பதை உணர வேண்டும். தடம் பதித்த பாதைகளில் பயணிப்பதையும் தேங்கிக்கிடக்கும் முற்போக்குக் கோட்பாட்டுக் குட்டைகளில் முகம் பார்த்து ஒப்பனை செய் வதையும் தவிர்க்க வேண்டும். இன்றைய இந்தியச் சமூகப் பிரச்சனைகளை எதிர்கொள்ள இன்று புதிதாகச் சிந்திப்பது அவசியம்.

கோசாம்பியை அடியொற்றிச் சொல்வதென்றால், 'மதச் சார்பின்மை சிந்திப்பதற்கு மாற்று அல்ல!'

காலச்சுவடு இதழ் 113, மே 2009

சதுரங்க ஆட்டங்களின் முடிவு

தேர்தல் முடிவுகள் அனைத்தும் அதிகாரப்பூர்வ மாக அறிவிக்கப்பட்ட மறுதினம் காலை சென்னை எழும்பூர் ரயில் நிலையத்தில் இறங்கினேன். வெளியே நிறைய வெள்ளையும் சொள்ளையும் தெரிந்தன. பிரகாசம், தூய்மை! பல தினசரிகள், இதழ்களை வாங்கிக்கொண்டு ஆட்டோ பிடிக்கும் படலத்தைத் தொடங்கினேன். நள் ளிரவில் பெட்ரோல் விலை பாய்ந்துவிட்டதை நான் அறிந்திருக்கவில்லை. (மக்கள் ஜனநாயகக் கடமையை ஆற்றிவிட்டு வீடு திரும்பியதுமே பெட்ரோல், டீசல் விலையைக் கூட்டி அவர்களைத் தண்டிப்பது மத்திய அரசின் புது வழக்கமாகவே உருவாகிவருகிறது.) வழக்க மான பேரங்கள், தர்க்கங்களுக்குப் பிறகு ஒரு ஆட்டோ வில் ஏறினேன். சில நிமிடங்களுக்குப் பிறகு,

"யாருக்கு ஓட்டுப் போட்டீங்க?"

"ரெட்டை இலைக்குத்தான் சார்."

"பெரிய மெஜாரிட்டி போலிருக்கே!"

"ஆமாம், சார்"

"அம்மா ஆடிருவாங்களே"

"அந்தப் பயம் இருக்கத்தான் சார் செய்யுது"

"ஏன் ரெட்டை இலைக்குப் போட்டீங்க"

"இவங்க நிறைய தப்புப் பண்ணிட்டாங்க சார்"

"அவங்க பண்ணாததா?"

"அவங்களும் முன்னே தப்புப் பண்ணினவங்கதான் சார். ஆனா இவங்களுக்கு மறுபடியும் ஓட்டுப் போட்டா,

தப்ப நாம ஏத்துக்கிட்ட மாதிரி ஆயுடும் சார். திரும்பயும் ஆட்சிக்கு வந்தா கட்டுப்படுத்த முடியாம போயிடும் சார். அதனால ஆட்சியை மாத்திவிட்டிருணும் சார்."

தேர்தல் முடிவுக்கான நியாயங்களை இதைவிடத் தெளி வாக முன்வைக்க முடியுமென்று தோன்றவில்லை.

○

கருணாநிதியின் குடும்பம் – இச்சொல்லின் மூலப் பொரு ளில் – ஒரு மாஃபியா. அதிகார அமைப்புகளை ஊடுருவிப் பணத்தையும் சட்டத்திற்குப் புறம்பான அதிகாரத்தையும் குவிப்பது மாஃபியா பாணி. 'காட்பாதர்' நாவலையும் திரைப் படங்களையும் அனுபவித்தவர்களுக்கு எண்ணற்ற ஒப்பீடுகள் தோன்றும். நீதித் துறையையும் போலீஸ் அமைப்பையும் ஊடுருவு வது, அரசியல்வாதிகளைக் குடும்பத் தொண்டர்களாக்குவது, போலீசாரையே குற்றங்களுக்கு உடந்தையாக்குவது, ஊடகங் களை ஊழலில் கரைத்துச் செய்திகளை வரவழைப்பது, சட்டம் அண்டிவரும்போது இடைப்பட்ட கண்ணிகளைத் தீர்த்துக் கட்டுவது, உதவி தேடிவருபவர்களை 'நட்பு'க்கு அடிமையாக்கு வது, குடும்பம் பல கிளைகளாகப் பிரிந்து பணத்தைச் சுருட்ட சினிமா, சூதாட்டம், பண்பாடு என அனைத்துத் துறைகளி லும் கைவைப்பது, பாதிரிகளைக் கைப்பாவைகளாக்குவது, கறுப்புப் பணத்தை வெள்ளைப் பணமாகச் 'சலவை' செய்வது எனச் சொல்லிக்கொண்டே போகலாம். ஒரு முக்கிய வேறுபாடு உண்டு. 'காட்பாத'ரில் மாஃபியா குடும்பங்களில் குடும்ப உறுப்பினர்களிடையே வெளிப்படும் அன்பும் பாசமும் கரிசன மும் உண்மையானது.

○

இந்தத் தேர்தல் திமுகவுக்கு முடிவுகட்டுமா? 1980 ஆம் ஆண்டு நாடாளுமன்றத் தேர்தலில் திமுக காங்கிரஸ் கூட்டணி வெற்றிபெற்ற பின்னர் எம்.ஜி.ஆர். ஆட்சி கலைக்கப்பட்டுச் சட்டமன்றத் தேர்தல் நடந்தபோது கருணாநிதி மீண்டும் ஆட்சி ஏறிவிட்ட மிதப்போடு இருந்தார். சமீபத்தில் முகநூலில் அந்தத் தேர்தலில் எம்.ஜி.ஆரின் பேச்சு ஒன்றின் வீடியோ பதிவைப் பார்த்தேன். எவ்வளவு தெளிவாகவும் எதிர்நிலையை மரியாதையுடன் விளித்தும் (கருணாநிதி அவர்கள், இந்திரா காந்தி அம்மையார்) பேசியுள்ளார் என்பது ஆச்சரியமளித்தது. எம்.ஜி.ஆர். பற்றி சோவால் உருவாக்கப்பட்ட 'கோமாளி' பிம்பம் கலைந்தது. கருணாநிதி வெற்றி விழாவுக்கான பட்டாசு கள், போஸ்டர் சகிதம் தயாராக இருந்தபோது தேர்தலில்

எம்.ஜி.ஆர். அறுதிப் பெரும்பான்மையுடன் வெற்றி பெற்றார். அப்போது இந்தியன் எக்ஸ்பிரஸ் முன்பக்கத்தில் 'Curtains on Karunanidhi' என்று செய்தி வெளியிட்டது. (கருணாநிதியின் அரசியல் வாழ்க்கை முடிந்தது). இப்போது 30 ஆண்டுகளுக்குப் பின்னரும் அவரது அரசியல் வாழ்க்கை நீண்டுகொண்டிருக் கிறது. தொண்டர் பலம்கொண்ட கட்சிகள் எளிதில் அழிவ தில்லை. தேர்தல் தோல்விகள் அரசியல் கட்சிகளின் எதிர்காலத் திற்கு முடிவுகட்டுவது அரிது. அதே நேரம் திமுக இப்போது எதிர்கொள்ளும் நெருக்கடி அவசர நிலை, ராஜீவ் காந்தி கொலை போன்ற காலங்களில் சந்தித்த நெருக்கடிகளிலிருந்து முற்றிலும் மாறுபட்டது. முந்தைய நெருக்கடிகள் திமுகவுக்குப் புறத்திலிருந்து சவாலாக எழுந்து திமுகவை வலுப்படுத்த உதவின. இப்போது திமுக அகநெருக்கடிகளால் பலவீனப்பட்டுச் சரிந் திருக்கிறது. கட்சியைக் கையிலெடுத்துச் சீர்படுத்திட ஸ்டாலி னுக்கு அரிய வாய்ப்பொன்றை இந்தப் படுதோல்வி தந்திருக் கிறது. ஆனால் அதற்கான துணிவும் ஆற்றலும் அவரிடம் உண்டா ?

◯

தேர்தல் தினத்திற்கு முன்னர் தேசிய ஆங்கிலச் சேனலில் தமிழகத் தேர்தல் பற்றிய விவாதம். பேரா. அருட்தந்தை ஜோ அருணும் பேசினார். ஆக்ஸ்போர்ட் பல்கலையில் மானுடவியல் கற்றவர். தமிழகத்திலிருந்து தகுதியானவர்கள் தேசிய சேனல் களில் போதிய வாய்ப்புகளைப் பெறுவதில்லை என்ற குறை எனக்கு உண்டு என்பதால் ஆர்வத்துடன் கவனித்தேன். அருட் தந்தை கூறினார்: "ஊழல் பற்றிய கதையாடல் ஊடகங்களா லும் மத்தியதர வர்க்கத்தாலும் உருவாக்கப்பட்டது. அதை விளிம்புநிலை மக்கள் ஏற்றுக்கொள்ளமாட்டார்கள். எல்லோருமே ஊழல் செய்பவர்கள்தான் என்பதே அவர்கள் கருத்து. இப்போது, இங்கே உடனடியாகத் தமக்கு என்ன கிடைக்குமென்பதே அவர்களின் பார்வை. அந்த அடிப்படையிலேயே அவர்கள் ஏப்ரல் 13 அன்று வாக்களிப்பார்கள்." அருட்தந்தை நிரம்பக் கற்றவர் என்பதால் Public Script, Private Script, Subaltern, dis-course போன்ற கருத்துருவாக்கங்களை எல்லாம் பயன்படுத்திப் பேசியது பெருமையாக இருந்தது. ஆனால் அவரது மனச்சாய்வு சங்கடமளித்தது. திமுகவின் தேசியக் கொள்ளைக்கும் இலவசங் களின் தேர்தல் அறிக்கைக்கும் ஓட்டுக்குக் காசு திட்டத்திற்கும் இதைவிடத் திறமையான வாதத்தை முன்வைப்பது கடினம். யேசுவின் ஊழியரின் வாக்கு பலிக்கவில்லை.

◯

2ஜி வழக்கின் குற்றப்பத்திரிகையில் முதலில் ராசாவும் பின்னர் கனிமொழியும் இடம்பெற்றதிலிருந்து ஒரு அண்டப் புளுகை கனிமொழி கருணாநிதி வீராப்புடன் மீடியா முன்னர் கிளிப்பிள்ளைபோலச் சொல்லி வருகிறார். 'வழக்கைச் சந்திப் போம். ஜெயலலிதாபோல நீதிமன்றத்திடமிருந்து ஓடி ஒளிய மாட்டோம்.' கனிமொழி கருணாநிதியின் பெயிலுக்காக ராம்ஜெத்மலானி ஆ. ராசாவைக் காட்டிக்கொடுத்து நீதிமன்றத் தில் வாதாடிய பிறகு எந்தக் கடைநிலைக்கும் இவர்களும் போவார்கள் என்பது தெளிவுபட்டுவிட்டது. ஜெயலலிதாவின் மீதான வழக்குகள் வழமையான நிலையிலுள்ள வழக்குகள். சட்டச் சிக்கல்களையும் ஓட்டைகளையும் அதிகாரத்தையும் பயன்படுத்தி விசாரணையைத் தவிர்க்கவும் இழுத்தடிக்கவும் அவரால் முடிகிறது. ஆனால் 2ஜி வழக்குத் தனித்துவமானது. உச்ச நீதிமன்றத்தின் நேரடி மேற்பார்வையில் நடப்பது. இந்தியா வில் அரசியல்வாதிகளும் அதிகாரிகளும் தொழிலதிபர்களும் என்ன தவறு செய்தாலும் தண்டிக்கப்படாமல் தப்பிவிடுவார்கள் என்ற மக்கள் கருத்தை மாற்ற வேண்டுமென்ற வேகத்துடன் நடத்தப்படுகிறது. அதிகாரத்திற்கும் பணத்திற்கும் அடிபணி யாத நீதிபதிகளால் கண்காணிக்கப்படுகிறது. இவ்வழக்கில் இந்தியாவின் எந்த நீதிமன்றமும் தலையிடக்கூடாது என உச்ச நீதிமன்றம் உத்தரவிட்டிருக்கிறது. இந்நிலையில் ஜெய லலிதா பாணியைப் பின்பற்றும் வாய்ப்பே இவ்வழக்கில் திமுகவுக்கு இல்லை. ஒத்துழை அல்லது உடனடி நடவடிக்கை என்பதே யதார்த்த நிலை. 2ஜி வழக்கைச் சந்தித்தே ஆக வேண்டும். இது யாருடைய பெருந்தன்மையோ வீராப்போ அல்ல. காலத்தின் கட்டாயம்.

○

இலங்கைப் பிரச்சினையின் உச்சகட்டத்தில் திமுகவும் கருணாநிதியும் நடந்துகொண்ட விதம் கடுமையான கோப தாபங்களை ஏற்படுத்தியிருப்பது இயல்பு. ரத்தக்கறை படிந்த பக்கங்கள் அவை. ஆனால் இன்று திமுகவுக்கு நடப்பவற்றை எல்லாம் அதை முன்னிட்டு மட்டுமே விளங்கிக்கொள்வது படுஅபத்தம். திமுகவுக்கு எதிராக இன்று காலம் திரும்பியிருப் பதற்குப் பல பல காரணங்கள் உண்டு. இலங்கைப் பிரச்சினையை மட்டும் முன்னிலைப்படுத்தும்போது, சென்னை மாநகரத் தேர்தல் அராஜகம், மதுரை தினகரன் படுகொலை, திருமங்கலம், சென்னை நகரிலிருந்து லட்சக்கணக்கான அடித்தள மக்கள் அப்புறப்படுத்தப்பட்டது, ஊடகங்கள்மீதான நுட்பமான ஒடுக்குமுறைகள், குடும்ப அராஜகம், கண்காணிப்பின் அரசியல், தலைகுனியவைக்கும் தேசிய ஊழல் என்று தொடரும் நீண்ட

பட்டியலை முக்கியமற்றதாக மாற்றிவிடுகிறது. இவை அனைத்தை யும் நுணுக்கமாகப் பார்த்து விவாதிக்க வேண்டும். இத்தகைய விவாதம் ஏற்படுத்தும் விழிப்புணர்வின் வழியேதான் மக்களின் உணர்வுகளை முன்னெடுக்கும் தலைமை தமிழகத்திற்கு ஏற்படும். தமிழக மக்களிடம் ஆழமாக வேரூன்றிய தலைமைதான் இந்தியா வின் அயலுறவுக் கொள்கையில் தாக்கத்தை ஏற்படுத்த முடியும்.

○

விடுதலைச் சிறுத்தைகள் கட்சி மிகப்பெரிய வீழ்ச்சியைச் சந்தித்திருக்கிறது. கடந்த ஐந்தாண்டுகளில் தன் மக்களின் பிரச்சினைகளைப் பேசாமல் அதிகாரத்தின் திளைப்புகளில் மயங்கிக்கிடந்த அதன் தலைமைக்குக் கடுமையான அதிர்ச்சி வைத்தியம் கொடுக்கப்பட்டிருக்கிறது. கருணாநிதி 'சமத்துவப் பெரியார்', டாக்டர் ராமராசு 'அம்பேத்கர் சுடர்' என்றால் விடுதலைச் சிறுத்தைகள் என்று ஒரு கட்சி எதற்காக இருக்க வேண்டும்? வி.சி. தலைவர் 'அத்துமீறு, அடங்க மறு' என்று வசனம் பேசி, மீசை முறுக்கும் கட்அவுட்டுகள் வைத்துவிட்டு, ராஜபக்சேவுக்கு அன்பளிப்பும் கைகுலுக்கலும் கருணாநிதிக்குக் கூழைக்கும்பிடு – எப்படிச் சகித்துக்கொள்வார்கள் அவர் வாக்காளர்கள்? திருமாவளவனைத் திமுகவின் காலடியில் கிடத்தியதில் துரை ரவிக்குமாரின் பங்கு குறைத்து மதிப்பிடக் கூடியது அல்ல. துரை ரவிக்குமார் வெறும் ரவிக்குமாராக இருந்தபோது திமுகவின், திராவிட இயக்கத்தின் ஆக முக்கிய மான விமர்சகர். திமுகவைத் தமிழக தலித் மக்களின் முதல் எதிரியாகக் கணித்தவர். பாமகவைக் கடுமையாக விமர்சித்தவர். திருமாவளவனின் தமிழ்த் தேசியப் பார்வைமீது நம்பிக்கை யற்றவர். பெரியாரை அவர் விமர்சித்தபோது திருமாவளவன் அந்த விமர்சனத்திலிருந்து தன்னை முழுமையாக விலக்கிக் கொண்டவர். இன்று திமுகவும் பாமகவும் குப்புற விழுந்து கிடக்கின்றன. விடுதலைச் சிறுத்தைகள் கட்சி மீளாத துயரில் இருக்கிறது. சதிகளின் வெற்றியில் எனக்கு நம்பிக்கை கிடை யாது. ஆனால் ஆழ்மனச் செயல்பாடுகளின் நுட்பங்களை எளிதில் அறியமுடியாது. இந்தத் தொடர்பில் முன்னர் திமுக வில் இணைய விரும்பாத, தன் சகோதரர்களை வெறுக்கும், தந்தையிடமிருந்து அன்னியப்பட்ட கனிமொழி இன்று திமுக வில் ஏற்படுத்தியிருக்கும் பாதிப்பும் பார்க்கப்பட வேண்டும்.

○

இப்போது கனிமொழி கருணாநிதியின் அரசியல் எதிர் காலம் இருண்டுவிட்டது எனக் கணிக்கப்படுகிறது. The rise and fall of Kanimozhi போன்ற தலைப்புகளில் செய்திகள். அரசியல்

வாதிகளைக் குறைத்து மதிப்பிடுவது தவறு. தேர்தல் முடிவு வரும்வரை கனிமொழி கருணாநிதி நெருக்கிவந்த கைது நட வடிக்கையை எதிர்கொண்ட விதம் அவரது வருங்காலத் திட்டங் களுக்கு முன்னோட்டமாகவே இருந்தது. ஊடகங்களைத் தவிர்ப் பதற்குப் பதில் அவர்களைப் பலமுறை அவர் சந்தித்தார். தன்னைப் பற்றித் தேசிய அளவில் சாதகமான பிம்பத்தை ஏற்படுத்த இந்த வாய்ப்பை இயன்றவரை முழுமையாகப் பயன்படுத்தினார். தான் ஒரு வலுவான தீர்க்கமான ஆளுமை என்ற எண்ணத்தை ஏற்படுத்த முயன்றார். ஆனால் தேர்தல் முடிவு வெளிவந்த மறுநாள் இந்தக் கனிமொழி கருணாநிதி யைக் காணவில்லை. கடந்த பல ஆண்டுகளாகத் தொலைதூரக் கணவராக இருந்துவந்த ஜி. அரவிந்தனின் பின்னால் காமராக் களிடமிருந்து ஒளிந்துகொண்டார். அவர் முழுமையாக ஒளிந்து கொள்ள ஏற்ற ஆகிருதியுடன் வந்திருக்கிறார் அரவிந்தன். கனிமொழி கருணாநிதியை நிருபர்களிடமிருந்து காப்பாற்றுதல், காரில் ஏற்றிக் கதவடைத்தல், லிப்டில் ஏற்றிச் சரியான பொத்தா னைப் பார்த்து அழுத்துதல் என அவர் சிறப்புறச் செயல்படு வதைப் பார்த்தபோதுதான் 'கல்லானாலும் கணவன் புல்லா னாலும் புருஷன்' என்ற பழமொழியை முழுமையாகப் புரிந்து கொண்டேன்.

இந்த வழக்கின் வருங்காலம் எப்படி இருக்கும் என்பது நிச்சயமில்லை. தற்போது இருக்கும் உச்ச நீதிமன்ற நீதிபதிகள் விரைவில் மாறிவிடுவார்கள். வழக்கில் கனிமொழி கருணாநிதி யுடன் இந்தியாவின் உச்சபட்ச அதிகாரங்கள் சிக்கியுள்ளன. வழக்கை நீட்டியடிக்க, நீர்த்துப்போகவைக்க அனைத்து முயற்சி களும் மேற்கொள்ளப்படும். கனிமொழி கருணாநிதி போதுமான ஆதாரங்கள் இல்லையென விடுவிக்கப்பட்டால், திகார் விஜயம் வெஞ்சிறை சென்ற வீரவரலாறாக மாறக்கூடும். தாய், மகள், குழந்தை என்பது உருக்கமான மீடியா சூத்திரம். நேற்று கனி மொழி பற்றிய போலிப் பிம்பங்களைக் கைக்கூலி வாங்கிக் கொண்டு கட்டி எழுப்பிய ஊடகவியலாளர்கள்தான் இன்று அவரை உரித்து எடுக்கின்றனர். அது அன்றைய விற்பனைச் சூத்திரம். இன்று இது. நாளை மீண்டும் காட்சி மாறக்கூடும். If anyone thinks I am an easy target they are highly mistaken (என்னைக் குறிவைத்துத் தாக்குவது எளிது என நினைப்பவர்கள் கபர்தார்!) போன்ற கனிமொழியின் வாசகங்கள் அன்று புதிய பொருள் கொள்ளும். நான் பெண் என்பதற்காக எந்தச் சலுகையையும் எதிர்பார்க்கவில்லை என்ற அவர் கூற்று, மறுநாள் அவர் வழக்கறிஞர் கனிமொழி கருணாநிதி ஒரு பெண், தாய் என்ப தால் பெயில் கொடுங்கள் என இறைஞ்சியது மறக்கப்பட்டு, நெஞ்சுரத்தின் உதாரணமாகச் சுட்டப்படக்கூடும். அடுத்த

10, 15 ஆண்டுகளுக்குப் பிறகு இன்று அவருக்குச் சவாலாக இருக்கும் சகோதரர்கள் அரசியல் அரங்கில் இருக்கப் போவது சந்தேகமே. அவர் பெயர் இன்று இந்தியா நெடுகிலும் தமிழகத்தின் பட்டி தொட்டியெல்லாம் அறியப்பட்டுள்ளது. எதற்காக அறியப்பட்டது என்பதை மக்கள் விரைவில் மறந்துவிடுவார்கள். திமுக போன்ற ஒரு குடும்பக் கட்சி அந்த அடிமைத் தனத்திலிருந்து எளிதில் விலகாது. எப்படி காங்கிரஸார் மீண்டும் நேரு குடும்பத்திடம் தஞ்சமடைந்தார்களோ அதே போல் கட்சி கனிமொழி கருணாநிதியைத் தேடிவரும் காலம் வரக்கூடும். இன்று அவரிடம் அரசியல் நடத்த அவசியமான பொருளாதார வலு உள்ளது. ஊழல், சதி போன்ற குற்றச் சாட்டுகளைத் திமுகவினர் தலைமைக்குரிய திறமையான குணங்களாகவே பார்ப்பார்கள். அவருடைய காலம் மீண்டும் வரக்கூடும். காலச்சுவடுபோல அவரை விமர்சித்தவர்கள் எல்லாம் எச்சரிக்கையாக இருப்பதே நல்லது!

○

இந்தத் தேர்தல் முடிவுகளின் உரத்த செய்தி அற்பக் கணக்குகளால் மக்களை எல்லாச் சந்தர்ப்பங்களிலும் கட்டுப் படுத்த முடியாது என்பதுதான். மக்கள் சாதிக்கு அப்பாற் பட்டவர்கள் அல்ல. ஆனால் தேவைப்படும்போது அதை மீறும் பக்குவம் கொண்டவர்கள். பணத்திற்கு ஆசைப்படாத வர்கள் அல்ல, ஆனால் ஊழலில் பங்காளிகளாக மாற அவர்கள் விரும்பவில்லை. கட்சிக்கு விசுவாசமானவர்கள்தான், ஆனால் கூட்டணிக் கணக்கின் சதவிகிதங்களாக மாற அவர்கள் தயாரில்லை. பொதுவாக அவநம்பிக்கை கொண்டவர்கள் தான், ஆனால் தேர்தல் ஆணையம் போன்ற ஒளியின் ஒரு கீற்று தென்பட்டாலும் நம்பிக்கையுடன் ஆதரிக்கத் தயங்காத வர்கள். நம் ஜனநாயகத்திற்கு இது நற்செய்தி.

காலச்சுவடு இதழ் 138, ஜூன் 2011

கண்ணன்

கண்ணோட்டம்

இறுதியில் சுகவாழ்வு

முன்னாள் நாடாளுமன்ற சபாநாயகர் முரளி மனோகர் ஜோஷி, சிவசேனைத் தலைவர் பால் தாக்கரே யின் மருமகன் ராசி தாக்கரேயுடன் இணைந்து, தற்போது மூடப்பட்டுள்ள மும்பாய் என்.டி.சி. மில்லின் சொத்து களை 421 கோடி ரூபாய்க்கு ஏலம் பிடித்திருக்கிறார். இவ்விஷயத்தை அம்பலப்படுத்தியது காங்கிரஸ் கட்சி. இதுபற்றி ஹெரிஷ் காரே *தி இந்துவில்* (26.07.05, OP - ED) எழுதிய கட்டுரை மிக முக்கியமானது. ஹெரிஷ் காரேயின் கருத்துகளைச் சுருக்கமாகப் பார்க்கலாம்.

ஹெரிஷ் காரேயின் கட்டுரையிலிருந்து பெறப்படும் செய்திகள் இவை:

1. ஜோஷி சபாநாயகர் ஆனபோது எளிய மனிதர் களின் பிரதிநிதி என்று போற்றப்பட்டார். லோக்சபாத் தேர்தலின்போது தேர்தல் ஆணையத்திடம் தனக்கு 2.5 கோடி மதிப்புள்ள சொத்து இருப்பதாக ஒப்புதல் அளித்திருக்கிறார். இன்று 421 கோடி எங்கிருந்து வந்தது? ஜோஷி அரசியலுக்கு வரும் முன்னர் ஆசிரியராகப் பணியாற்றியவர்! (எல்லா ஆசிரியர் களும் இவ்வளவு செழிப்பாக இருந்தால் மகிழ்ச்சி – காங்கிரஸ் அறிக்கை)

2. காங்கிரஸ் இதுவரை பேசப்படாத ஒரு விஷயத்தைத் தொட்டுப் பேசியிருக்கிறது. அதாவது அரசியல்வாதி கள் சொத்துச் சேர்ப்பது பற்றிப் பிற அரசியல் வாதிகள் பேசுவது இல்லை. இதுவரை திட்டமிட்ட கூட்டு மௌனம் சாதிக்கப்பட்டுவந்தது.

3. மக்கள் வரிப்பணத்தில் அரசியல்வாதிகள் சுகவாழ்வு வாழ்கிறார்கள். மிக எளிய பின்புலத்திலிருந்து வந்து

பல ஆண்டுகளாக நாடாளுமன்றத்தில், நியாயமான சம்பளம் பெற்று உறுப்பினராகப் பணியாற்றிவருபவர்களுக்கு, பல கோடிச் சொத்து சேருவது (இடதுசாரிகள் விதிவிலக்கு) பெரும் ஆச்சரியம்.

ஹெரிஷ் காரேயின் பரிந்துரை இது:

இந்தியாவில் அரசியல்வாதிகள் சேர்த்திருக்கும் சொத்துப் பற்றி ஒரு விசாரணைக் கமிஷன் அமைக்க வேண்டும். அரசியல்வாதிகளின் வருமானத்தையும் கணக்காணிப்பு (audit) செய்ய வேண்டும்.

ஒவ்வொரு ஊரிலும் முதலீடு இல்லாத பல அரசியல் முதலாளிகளை உருவாக்கிய தமிழகத்தில் வாழும் குடிமகன் என்ற முறையில் ஹெரிஷ் காரேயின் பரிந்துரையை முழு மனதாக வழிமொழிகிறேன். தமிழகத்தில் தனி நபர் சொத்துச் சேர்ப்பு சில கட்டங்களில் பேசப்பட்டும் விசாரணைக்கு உட்படுத்தப்பட்டும் இருக்கிறது. ஆனால் இவை தனி நபர் பழிவாங்கல் முயற்சிகளாகவே இருந்துள்ளன.

திருடிச் சேர்க்கப்பட்ட அரசியல்வாதிகளின் சொத்து, சுகவாழ்விற்கு மட்டுமல்ல பல அநீதிகளுக்கும் அராஜகங்களுக்கும் அடிப்படையாக இருப்பதை சமீபகால அரசியல் வரலாறு தெளிவுபடுத்துகிறது. அரசியல்வாதிகள் சுரண்டியும் சூறையாடியும் சேர்த்திருக்கும் சொத்துக் காட்டில் கண்காணிப்பின் கங்கு விழவேண்டிய தருணம் இது. ஜனநாயகக் கண்காணிப்பும் சட்டரீதியான நடவடிக்கையும் குஞ்சாகவும் மூப்பாகவும் அக் காட்டின்மீது வீசப்பட வேண்டும். இன்னும் வலுவான, சமத்துவமான ஜனநாயக அமைப்பாக இந்தியா உருமாற்றம் அடைய மேற்கொள்ளப்பட வேண்டிய முயற்சி இது.

காலச்சுவடு இதழ் 69, செப்டம்பர் 2005

கறுப்புக் கண்ணாடித் தரிசனங்கள்

கிறிஸ்தவ நிறுவனங்களுக்கு உவப்பற்ற பல பொருள் விளக்கங்களைக்கொண்ட 'டா வின்ஸி கோட்' திரைப்படத்தைத் திமுக அரசு தடை செய்திருக்கிறது. தடையை நீக்கிய உச்சநீதிமன்றத் தீர்ப்பை இந்த அரசு மதிக்கப்போவதில்லை. Cinematograph Act, 1952ஐப் பயன் படுத்திச் சட்ட ஒழுங்கு அடிப்படையில் இத்திரைப்படத் தைத் தடை செய்யும் அதிகாரத்தை மாவட்ட ஆட்சி யருக்கு வழங்கியிருக்கிறது அரசு. தடை செய்யாமல் தடை செய்யும் இந்தத் தந்திரம் முன்னர் தேசியப் படங் களைத் தடுக்கக் காலனியாதிக்க அரசு கைக்கொண்ட முறைமையாகும்.[1]

ஆந்திர மாநில உயர் நீதிமன்றம், தமிழக அரசைப் பின்பற்றி 'டா வின்ஸி கோ'டைத் தடை செய்த ஆந்திர அரசைக் கண்டித்துள்ளது. தடையை நீக்கியதுடன், வினியோகஸ்தர்களுக்கு நஷ்டஈடு வழங்குமாறும் உத்தரவிட்டுள்ளது.

இந்தியாவில் எந்தப் பிரதானக் கிறிஸ்தவ அமைப்பும் இத்தடையை வேண்டவில்லை. சகிப்புத்தன்மையற்ற மதம் என்னும் பிம்பம் தம் மதத்திற்கு ஏற்படுவதைப் பெரும்பான்மையான கிறிஸ்தவர்கள் விரும்புவதில்லை. அதே நேரத்தில் இத்தடையை நீக்கக் கோரும் மனமும் அவர்களுக்கு இல்லை.

மத உணர்வுகளைப் புண்படுத்துவதைத் தவிர்ப்பதில் கருணாநிதிக்கும் திமுகவுக்கும் இருந்திருக்கும், இருந்து வரும் அக்கறை உலகறிந்த செய்தி. அண்ணாவின் 'கம்பரசம்' நூல், கம்பராமாயணப் பிரதிகளை எரிக்க முனைந்தது, 'பராசக்தி' வசனங்கள், புலவர் குழந்தை

யின் ராவண காவியம், இந்துப் புராணங்களில் அரக்கர்களாக இருப்பவர்களை நாயகர்களாகச் சித்திரிக்கும் ஆர்.எஸ்.மனோக ரின் நாடகங்கள் என மத உணர்வுகளைப் புண்படுத்துவதாக மத நம்பிக்கையாளர்களால் கருதப்பட்ட ஆனால் திமுக ஆதரித்த செயல்பாடுகளுக்குப் பலப் பல உதாரணங்களைத் தரமுடியும். இந்த மண்ணில் இவற்றிற்கெல்லாம் இடம் உண் டெனில் 'டா வின்ஸி கோ'டுக்கு மட்டுமென்ன விதிவிலக்கு? முன்னர் ஒருமுறை கருணாநிதி சொல் ஆராய்ச்சியில் இறங்கி இந்துக்கள் என்றால் திருடர்கள் என்ற பொருள் கண்டு வெளி யிட்டமை அவரது புண்படுத்தாத பண்புக்குச் சிறந்த உதாரணம். தீ மிதித்த திமுக சட்டமன்ற உறுப்பினரைக் கண்டித்த கருணாநிதியிடம், அப்போது அவைத் தலைவராக இருந்த மறைந்த பி.டி. ஆரின் பக்தியைப் பற்றிக் கேட்டபோது, 'அவர் பரம்பரைப் பக்தர். பஞ்சத்திற்கு வந்த பக்தரல்ல' என்று சிறுதெய்வ வழிபாட்டாளர்கள் 'மனம் புண்படாமல்' குறிப்பிட் டது மற்றொரு உதாரணம்.

அதிமுக, மதிமுகவின் கோட்டையாகக் கருதப்பட்ட தென் தமிழகம் இம்முறை திமுகவிற்குக் கைகொடுத்தது. குமரியை 'வெறும் தொல்லை' என்று முன்னர் குறிப்பிட்ட கலைஞரின் கூட்டணிக்குக் குமரியில் முழுமையான வெற்றி ஏற்பட்டது. இவ்வெற்றிக்குக் கிறிஸ்தவர்களின் ஓட்டு ஒரு முக்கியக் காரணி. கத்தோலிக்க, சீர்திருத்தக் கிறிஸ்தவச் திருச் சபைகள் இம்முறை கிறிஸ்தவர்களின் ஓட்டை முழுமையாகத் திமுக கூட்டணிப் பக்கம் திருப்புவதில் தீவிரம் காட்டின. எனவேதான் அவர்களின் மனதைப் புண்படுத்தக்கூடிய 'டா வின்ஸி கோ'டை அழுத்தமான கோரிக்கையின்றியே தடை செய்துள்ளது திமுக அரசு. கருணாநிதியின் உண்மையான கைமாறு இதுதான்.

கிறிஸ்தவர்களின் மனம் 'புண்படாமல்' காப்பாற்றியிருக் கும் கருணாநிதி இப்போது மத உணர்வுகளை முன்னர் 'புண் படுத்திய' 'பராசக்தி' வசனங்களையும் தனது மேடைப் பேச்சு களையும் மறு பரிசீலனை செய்வாரா? (பற்பல கோரிக்கைகள் இருந்தும் 'பராசக்தி' திரைப்படத்தை ராஜாஜியின் காங்கிரஸ் அரசு அப்போது தடை செய்யவில்லை) இந்தியப் புராணங்கள் பற்றிய பெரியாரின் மறுவாசிப்புகளைவிட, 'டா வின்ஸி கோ'டின் மறுவிளக்கங்கள் உக்கிரமானவையா?

இந்து மதத்தின் அநீதியான ஆதிக்கச் சிந்தனைகள் பற்றிய நியாயமான விமர்சனங்கள் வரவேற்கப்பட வேண்டியவை. அம்மத நிறுவனங்களின் சாதிய அணுகுமுறைகளைத் தகர்ப்பதற் கான செயல்பாடுகளும் அவசியமானவை. ஆனால் இத்தகைய

கண்ணன்

விமர்சனங்கள், செயல்பாடுகளிலிருந்து குறிப்பிட்ட சில மத நிறுவனங்களுக்குப் பாதுகாப்பு வழங்குவது மதச்சார்பற்ற சிந்தனையாளர்கள் மற்றும் அரசின் வேலை அல்ல. அது நியாயமானதும் அல்ல.

◯

மத உணர்வுகளைப் புண்படுத்துதல் பற்றிய திடீர் அக்கறை ஏற்பட்ட மற்றொரு 'பெரியாரிஸ்ட்' அ. மார்க்ஸ். இறைத் தூதர் கார்ட்டூன் பிரச்சினைத் தொடர்பாக 'சமரசம்' என்ற இஸ்லாமிய இதழில் எழுதும்போது இவ்வாறு எழுதி அசர வைக்கிறார்.

"கருத்துச் சுதந்திரம் என்ற பெயரில் 'blasphemy'க்கு நியாயம் கற்பிப்பதை ஏற்க முடியாது."[2]

இவர் இந்து மதத்தை மலம் அது இது என்றெல்லாம் எழுதிவந்தது ஒருபுறம் இருக்க, ஒரு 'பெரியாரிஸ்ட்' இத்தகைய நிலைப்பாட்டை எடுக்க முடியுமா என்ற அடிப்படையான கேள்வியை எழுப்பிக்கொள்ள வேண்டும். பெரியாரின் செயல் பாடுகளை, உரைகளை, எழுத்துக்களை, 'மத உணர்வுகளை இழிவுசெய்தல் கூடாது' என்று கற்பிக்கும் ஒருவர் ஏற்கமுடியுமா? Blasphemy என்ற சொல்லுக்கு ஆக்ஸ்போர்ட் அகராதி, 'behaviour or language that insults or shows a lack of respect for God or religion' என்று பொருள் தருகிறது. கடவுளை அவமதித்தல், மத உணர்வு களை அவமதித்தல் கூடாது எனில் பிள்ளையார் சிலை உடைத்தலை எப்படிப் பார்ப்பது என்று இந்தப் 'பெரியாரிஸ்ட்' நமக்கு விளக்க வேண்டும். சீதையின் கீழாடையை லட்சுமணன் தூக்கிப் பார்ப்பது போன்ற அதிர்ச்சிகரமான காட்சிகள் அடங்கிய திராவிடர் கழக ஊர்வலங்கள் blasphemy அல்லவா? இஸ்லாமிய மிதவாதிகள், மதவாதிகள், அடிப்படைவாதிகள், பயங்கரவாதிகள் என எல்லாத் தரப்பினருக்கும் 'ஆமா' போடுபவ ராக இருக்கும் அ. மார்க்ஸ் ஏக காலத்தில் 'பெரியாரிஸ்ட்' ஆகவும் இருப்பதை என்னவென்று சொல்ல?

◯

இந்த வருடம் ஜூன் மாதம் ஐந்து சமண முனிவர்கள் மேட்டூருக்கு வருகை தந்தார்கள். இவர்களது பயணத்தின் நோக்கம் 'உலக அமைதி'. "இந்த உடம்புகூட நமக்குச் சொந்த மல்ல" என்ற தத்துவத்தின் அடிப்படையில் அவர்கள் நிர்வாண மாக உலக அமைதிக்கான பயணத்தை மேற் கொண்டுள்ளனர் (திகம்பரப் பிரிவைச் சேர்ந்த அந்த முனிவர்களைப் 'பீடிச் சாமியார், சாக்குச் சாமியார், சரக்குச் சாமியார்' போன்றவர் களோடு ஒப்பிட்டது 'புலனாய்வு' இதழ் ஒன்று.)[3]

மேட்டூரில் அவர்கள் தங்கியிருந்த விருந்தினர் விடுதியின் முன்னர் பெரியார் திராவிடர் கழகத்தினர், சமீபகாலமாக வீரத் தமிழர்கள் கையிலெடுத்திருக்கும் ஆயுதங்களான செருப்பு, துடைப்பம் ஆகியவற்றோடு போராட்டத்தில் இறங்கினர். ஜெயலலிதா ஆட்சியில் 'தொட்டிலில் உறங்கும் புரட்சி'[4] யாளர் கள் கலைஞர் ஆட்சிக்கு வந்ததும் துயில் எழுந்து ஆட்டம் போடத் தொடங்கிவிடுவது வழக்கமானதுதான்.

வீரப்பனின் ஆதரவாளராகப் பரவலாக அறியப்படும் கொளத்தூர் மணி சமண முனிவர்களின் வருகையைப் பற்றிக் கூறியதாவது: "அஞ்சு பேரு நிர்வாணமாப் போனா, உலக அமைதி கிடைச்சுடும்ன்னா ... ஊருல இருக்கிற எல்லாருமே நிர்வாணமாச் சுத்தினா சீக்கிரமே உலக அமைதி கிடைச் சிடுமே. என்ன ஒரு கேவலமான கொள்கை! மதத்தின் பெயரால் எதை வேண்டுமானாலும் செய்யலாமா? இவர்கள்மீது அரசு கடுமையான நடவடிக்கை எடுக்க வேண்டும்!"[5]

ஊரில் எல்லோரும் நிர்வாணமாக இருப்பதே ஆரோக்கிய மானது என்று எண்ணியவர்கள் ஐரோப்பாவில் கடந்த நூற்றாண் டில் நிர்வாணச் சங்கங்கள் அமைத்தனர். அவற்றில் நிர்வாண மாகப் பங்குகொண்டு, நிர்வாணச் சங்கத்தினருடன் தானும் நிர்வாணமாக நின்று புகைப்படம் எடுத்துக்கொண்டதோடு தமிழகத்தில் அதைப் பிரசுரித்தவர் பெரியார். 'பெரியாரிஸ்ட்' கொளத்தூர் மணியையைப்போல நிர்வாணத்தை அவர் ஒரு 'கேவலமான கொள்கை' யாகப் பார்த்ததாகத் தெரியவில்லை.

தமிழக அரசு சிறுபான்மைச் சமணர்களின் மத உணர்வு களைப் புண்படுத்தியதற்காகச் செருப்பு, துடைப்பம் ஏந்திய போராளிகள்மீது நடவடிக்கை எடுக்கவில்லை. மாறாகச் சமண முனிவர்களை மாநிலத்தைவிட்டு வெளியேற்றியது. ஏனெனில் சமணர்களுக்கு இங்கு ஓட்டு வலிமை இல்லை. இத்தகைய சகிப்புத்தன்மையற்ற ஒரு சூழ்நிலை இன்று குஜராத் நீங்கலாக இந்தியாவில் வேறெங்கும் இருப்பதாகத் தெரியவில்லை.

சமணம் தமிழகத்திற்கு அந்நியமானதல்ல. தென் குமரி யில் சிதறால்வரை சமணர்கள் பள்ளி அமைத்துச் செயல்பட் டுள்ளனர்.[6] அதேபோலச் சமணர்களைக் கழுவிலேற்றிய வர லாறும் நமக்குண்டு. அந்த ரத்த ருசி இன்னும் மறக்கப்பட வில்லை என்பதை இச்செயல்பாடுகள் உணர்த்துகின்றன.

மத நம்பிக்கைகள் மத நம்பிக்கையாளர்களால் பேணப் பட வேண்டியவை. பின்பற்ற மறுப்பவர்கள் மத நீக்கம் செய்யப் படலாம். ஆனால் அந்த மதத்தில் நம்பிக்கை அற்றவர்களோ அல்லது எந்த மதத்திலும் நம்பிக்கையற்றவர்களோ அவற்றை

மதிக்க வேண்டும் என வற்புறுத்துவது விவேகமானது அல்ல. அது ஒரு மதச் சார்பற்ற சமூகத்திற்கு அழகும் அல்ல. இணைய மும் குறுந்தகடுகளும் பிற நாட்டுத் தொலைக்காட்சி சானல் களும் சரளமாகப் புழங்கும் உலகமயமான சூழலில் இத்தகைய கட்டுப்பாடுகளை அமல்படுத்துவது சாத்தியமுமல்ல. நமது சந்தர்ப்பவாத செக்குலரிஸ்டுகளின் இத்தகைய இரட்டை நிலைப்பாடுகள் மத அடிப்படைவாதிகளுக்கான நியாயங்களை உருவாக்கி அவர்களை வலுப்படுத்துவதிலேயே சென்று முடியும்.

அடிக்குறிப்புகள்

1. தியடோர் பாஸ்கரன், *Outlook*, 12 ஜூன் 2006

2. *சமரசம்*, 1 – 15 ஏப்ரல் 2006

3. *ஜூனியர் விகடன்*, 11.06.2006

4. 'வானகமே இளவெயிலே மரச்செறிவே' – *சுந்தர ராமசாமி* *(2004)*

5. *ஜூனியர் விகடன்*, 11.06.2006

6. 'தென்குமரியின் கதை' – *அ.கா. பெருமாள் (2003)*

காலச்சுவடு இதழ் 79, **ஜூலை** 2006

தலித்துகளைக் காப்பாற்றும் பொறுப்பு

உத்தரப் பிரதேசத்தில் மாயாவதி தலைமை யிலான பெரும்பான்மை ஆட்சி, தலித் – உயர்சாதிச் சமூகக் கூட்டணியால் ஏற்பட்டுள்ள பின்னணியில் அவுட்லுக் ஜூன் 24, 2007 இதழ், தெற்கில் மேற்படி நிகழ்வு ஏற்படுத்தியுள்ள எதிர்வினைகளைச் செய்திக் கட்டுரையாக வெளியிட்டுள்ளது. இக்கட்டுரையில் கவிஞர் குட்டி ரேவதி மேற்கோள் காட்டப்பட்டுள்ளார். அவரது கருத்து இது:

> *பிராமணர்கள் உத்தரப் பிரதேசத்தில் ஆதிக்கம் செய்யத் தொடங்கிவிடுவார்கள். அவர்கள் தலித்து களை விழுங்கிவிடுவார்கள் ... இது பற்றிக் கருத்துக் கூறும் நேரம் வரவில்லை.*

குட்டி ரேவதி அவர்களிடம் கருத்துக் கேட்கப்பட்ட போது, மாயாவதி ஆட்சிக்கு வந்து பத்து தினங்கள் கூடக் கடந்திருக்காது என்றே நினைக்கிறேன். அங்கு ஏற்பட்டுள்ள சமூகக் கூட்டணி பற்றிய முதல் கருத்தைக் கூறும் கால அவகாசம்கூட இன்னும் ஏற்படவில்லை. அது கவிஞருக்கும் தெரிந்திருக்கிறது. இருப்பினும் உடனடி எதிர்வினையாகச் சாபம் விடுவதை அவரால் தவிர்க்க முடியவில்லை. தலித் மற்றும் தலித் ஆதரவு அறிவுஜீவி கள் இங்குப் பல ஆண்டுகளாகப் பேசிவரும் 'தலித் தலைமையின் கீழ் சமூகக் கூட்டணி' அங்கு ஏற்பட்டுள் ளது. இந்திய வரலாற்றில் முதல் முறையாகப் பிராமணர் கள் தலித் தலைமையை ஏற்றிருப்பதன் – அதன் வெற்றி தோல்வியைத் தாண்டிய – வரலாற்று முக்கியத்துவத்தை வரவேற்க நமது அறிவுஜீவிகளால் முடியவில்லை.

மேற்படி மேற்கோளில் தலித் ஆதரவுக் குரல்போல ஒலிக்கும் குட்டி ரேவதியின் சொற்கள் அடிப்படையில் தலித்துகள் பற்றிய இழிவான கருத்தை உட்கிடையாகக் கொண்டுள்ளன: 'தலித்துகள் அப்பாவிகள், முட்டாள்கள். அவர்களை எளிதில் ஏமாற்றிவிடலாம்!' அவர்களைக்

காப்பாற்றும் பொறுப்பு குட்டி ரேவதி அவர்களிடமும் உள்ளது; இன்னும் பற்பல தமிழ் அறிவுஜீவிகளிடமும் இருக்கிறது. இத்தகைய ஒரு பொறுப்பைத் தம் சார்பாகச் சுமந்துகொண் டிருக்கும் ஒரு திரள் தமிழகத்திலிருப்பதை உத்தரப்பிரதேசத் தலித்துகள் அறிந்திருக்க வாய்ப்பில்லை. இத்தகைய ஒரு பொறுப்பு மிக்க கூட்டம் தமிழகம் நீங்கலாக இந்தியாவில் வேறெங்கும் காணக் கிடைக்குமா என்பதும் சந்தேகமே.

உத்தரப்பிரதேசச் சமூகக் கூட்டணி, தலித்துகளின் தேசியத் தலைவராக உருவாகிவரும் மாயாவதியின் முன்முயற்சியால் ஏற்பட்டது. இக்கூட்டணியின் தன்னிகரில்லாத் தலைவராக இன்று அவர் மட்டுமே உள்ளார். பாஜக, காங்கிரஸ், சமாசி வாதிக் கட்சிகளின் தலைமை அரசியல்வாதிகள் போட்ட எல்லாக் கணக்குகளையும் கலைத்துப்போடும் அரசியல் சாதுர்யம் கொண்டவராக அவர் வெளிப்பட்டுள்ளார். உத்தரப்பிரதேசப் பிராமணர்களைப் பற்றிய ஆழமான புரிதல் அவருக்கு இருக்கும் என்பதிலும் ஐயத்திற்கு இடமில்லை.

இருப்பினும், சென்னையிலிருக்கும் நமது கவிஞருக்குத் தெரிந்திருப்பது அவருக்குத் தெரியவில்லை பாருங்கள். 'தலித் என்றால் அப்படித்தான்! தலைவியே இப்படி எளிதில் ஏமாந்து போவார் என்றால் தலித் மக்களைப் பற்றி என்ன சொல்ல.' கவிஞருக்கு ஏற்படும் பதற்றத்தை இப்படித்தான் புரிந்துகொள்ள முடிகிறது. இது ஒரு தனிநபரின் பதற்றம் அல்ல. தமிழக 'முற் போக்கு' அறிவுஜீவிகளின் பிரதிநிதித்துவப் பதற்றம் இது.

தலித்துகளை அப்பாவி ஆட்டு மந்தைகளாகப் பார்ப்பதி லிருந்து நமது 'முற்போக்கு' அறிவுஜீவிகளால் விடுதலை பெற முடியவில்லை. சாதி அரசியல் பேசுபவர்கள் தமக்குள் பதுங்கிக் கிடக்கும் சாதியத்தையும் ஆழ்ந்து நோக்கத் துணிய வேண்டும்.

காங்கிரஸின் பிராமணர்களோடு கூட்டுச்சேர்ந்து காமராஜர் வெற்றிபெற முடியுமெனில் அது மாயாவதிக்கும் சாத்தியப்படக்கூடும். காங்கிரசின் மேல்சாதி மற்றும் பெரும் பான்மைச் சாதி இந்துக்களின் சதியை முறியடிக்கக் காமராஜ ருக்குத் திராணி உண்டென்றால் அதில் மாயாவதி மட்டும் ஏன் தோல்வி அடைய வேண்டும்?

உத்தரப் பிரதேச முயற்சி வெற்றி பெறலாம். படுதோல்வி அடையலாம். மாயாவதிக்கு உரிய கால அவகாசம் கொடுத்து, அங்குள்ள பிராமணர்களுக்கு விவேகத்தின் வரம் வேண்டிப் பிரார்த்தித்து, தம்மையும் தமது நலன்களையும் பாதுகாத்துக் கொள்ளத் தலித்துகளுக்கு இருக்கும் திறனை ஏற்றுக்கொண்டு, நம்பிக்கையோடு காத்திருப்போம்.

காலச்சுவடு இதழ் 91, ஜூலை 2007

அரசும் ஊடகங்களும்

இந்திய அரசியல் சாசனப்படி ஊடகங்களைக் கட்டுப்படுத்த மாநில, மத்திய அரசுகளுக்கு உரிமை யில்லை. ஆனால், ஊடகங்களைக் கட்டுப்படுத்துவது என்பது உலகின் அனைத்து ஜனநாயக அரசுகளும் மறை முகமாக ஈடுபட்டுவரும் செயல்பாடு. அதன் வெற்றி தோல்வி ஊடகங்களின் சுதந்திர வேட்கையைப் பொறுத் தது. செப். 11க்குப் பிறகு ஒசாமா பின்லாடனின் செய்தி ஒளிப்பேழைகளை ஒளிபரப்ப வேண்டாம் என அமெரிக்க அதிபர் புஷ் கேட்டுக்கொண்டதும், அமெரிக்க ஊடகங் கள் பணிந்தன. இதே கோரிக்கையைப் பிரதம மந்திரி பிளேர் முன்வைத்ததும் மீண்டும் ஒருமுறை ஒசாமாவின் செய்தியை ஒளிபரப்பி எதிர்ப்புத் தெரிவித்தன இங்கிலாந்து ஊடகங்கள்.

நமது தமிழக ஊடகங்களின் நிலை இந்த விஷயத்தில் பெருமைப்படக்கூடியதாக இல்லை. சுதந்திரமான, நடு நிலையான ஊடகங்களைத் தேடித்தான் பிடிக்க வேண்டி யுள்ளது. இரட்டை வருமானம் கொண்ட பத்திரிகை யாளர்களே இங்கு அதிகம். பல செய்திகளின் மூலம், களத்திலிருந்து அல்ல உளவுத் துறையிலிருந்து புறப்படு கிறது. இதுபோக, செய்தித் துறை, விளம்பரத் துறை, நூலகத் துறை எனப் பல முனைகளிலிருந்து அரசின் ஊடகக் கட்டுப்பாட்டு முயற்சிகள் நடைபெறுகின்றன. அன்றாடச் செய்திகளில் தலையிடும் அளவிற்கு இன்று இந்தத் தலையீடு விரிவடைந்து வருகிறது. நிலத்திற்கும் வீட்டிற்கும் 'நன்கொடை'க்கும் அரசியல்வாதிகளின், அதிகாரிகளின் பின்னால் சுற்றும் ஊடகவியலாளர் களிடம் கருத்துச் சுதந்திரத்திற்கான வேட்கையை எதிர் பார்க்க முடியாது. நமது பத்திரிகையாளர்கள் அரசிட

மிருந்து பெற்றிருக்கும் பெற்றுவரும் ஆதாயங்கள் பற்றி ஒரு தனிப் புலனாய்வே நடத்த வேண்டும்.

தமிழக அரசியல்வாதிகள் மன்னர் பண்பாட்டின் வாரிசுகள். அவர்களின் அடைமொழிகளும் அரியணைகளும் ஆடம்பரங் களும் வாரிசுகளும் இதை வெளிப்படையாக அறிவிப்பவை. இவர்கள் மக்கள் வரிப்பணத்தில் கொள்ளை அடித்து போக மேற்கொள்ளும் சமூக நலத் திட்டங்களைத் தமது சொந்த நல்கைகளாக மாற்றியுள்ளார்கள். மன்னர்களையும் வள்ளல் களையும் போலத் தம்மை இந்திரன், சந்திரன் என்றும் புகழும் அடிவருடிகளுக்கு மக்கள் வரிப்பணத்தை வாரி வழங்குகின்றனர். மக்கள் உழைப்பில் ஒட்டுண்ணிகளாக ஆடம்பர வாழ்க்கை வாழ்ந்துகொண்டிருப்பவர்கள் அரசின் வரிப் பணத்தைத் தமது பரம்பரைச் சொத்து போல விருப்பப்படிச் செலவு செய்ய, விழிப்புணர்வற்ற நமது குடிமக்கள் சமுதாயம் அனுமதித்து வருகிறது.

தமிழக அரசியல்வாதிகள்போலத் தமது வாழ்நாளிலேயே தம்மைப் புகழக் கேட்கும் இன்னொரு இனம் இப்பூவுலகில் இன்று இருக்கும் எனத் தோன்றவில்லை. அவ்வாறு புகழக் கேட்ட மனிதர்கள் சகிப்பின்மையின் இலக்கணம்போலத் திகழ்வதிலும் வியப்பில்லை. தம்மையும் தமது அரசையும் விமர்சிக்கும் இதழ்களுக்கும் நாளிதழ்களுக்கும் நூலகங்களில் தடை. அரசின் விளம்பரங்களுக்குத் தடை. அது இன்றைய ஆட்சியில் மட்டுமல்ல ஜெயலலிதா ஆட்சியின் நடைமுறையும் கூட. முக்கிய வேறுபாடு ஜெயலலிதா ஆட்சியின் அராஜகத் திற்கு எதிராக ஆட்சிக்குவந்த 'ஜனநாயக அரசு' இது என்பது. நமது ஊடகங்கள் இத்தகைய சகிப்பின்மையைக் கேள்வியின்றி ஏற்றுக்கொள்கின்றன. விருப்பம்போலக் காரண காரியங்கள் இன்றி அரசு செயல்படுவது பிழை என்பதை அவை சுட்டிக் காட்டுவதில்லை. விளம்பரம் தருவதில் அரசின் தன்னிச்சை யான நடவடிக்கைகளுக்கு எதிராகப் போராடாமல் அரசையும் அரசரையும் அரசியையும் புகழ்ந்து எழுதி அவர்கள் மனம் கோணாமல் செயல்பட்டு அரசு விளம்பரத்தை அனுபவிக்க வேண்டும் என்று திட்டமிடுகின்றன. இதற்காக இதழியல் சுதந் திரத்தை அரசுக்குப் பணயம் வைக்கவும் அவை தயங்குவதில்லை. மாறாக அரசை விமர்சிக்கும் செய்திகளை வெளியிடும் இதழ் கள் தாக்குதல்களுக்கும் நெருக்கடிகளுக்கும் ஆளாகின்றன.

அரசாங்கம் எந்த நல்கையையும் தன் மனம்போன போக்கில் அளிக்க முடியாது. அது நியாயமானதாக, நியதிகளுக்கு உட்பட்ட தாக இருக்க வேண்டும். அதேபோலத் தன் மனம்போனபோக்

கில் நல்கைகளைத் தடைசெய்யவும் முடியாது. நியதிகளுக்கு உட்படாத, விருப்பு வெறுப்பு அடிப்படையிலான முடிவுகள் சட்ட விரோதமானவை. Ramana Dayaram Shetty vs Airport Authority of India (1979) வழக்கில் உச்ச நீதிமன்றம் அரசின் நல்கைகள் நியதிகளுக்கு உட்பட்டவையாக இருக்க வேண்டும் என்ற தீர்ப்பை வழங்கியுள்ளது.

இப்போது *தினகரன்* நாளிதழ் தனக்கு விளம்பரம் வழங்க மறுக்கும் தமிழக அரசு முடிவை எதிர்த்து வழக்குத் தொடர்ந் திருக்கிறது. நாளிதழின் விற்பனை அடிப்படையில் அரசின் விளம்பர முன்னுரிமை அமைய வேண்டும் என்ற கோரிக்கையை முன்வைத்து வழக்குத் தொடரப்பட்டிருக்கிறது. தினகரனை நடத்தும் சன் குழுமத்திற்கு, திமுக அரசோடு சமரசத்திற்கு இனி இடமில்லை என்ற நிலையில் இந்த முடிவு எடுக்கப் பட்டிருக்கிறது. ஊடகச் சுதந்திரத்தைக் காப்பதற்குப் பேர்போன குழுமம் அல்ல சன் குழுமம் என்றபோதிலும் அதன் இந்த நடவடிக்கை வரவேற்கப்பட வேண்டியது. அரசு விளம்பரம் வழங்குவதிலும் நூலகங்களுக்கு இதழ்களைத் தருவிப்பதிலும் தெளிவாக வகுக்கப்பட்ட நெறிமுறைகளைப் பேண வேண்டும். இதற்கு இந்த வழக்கு வழிவகுக்கும் எனில் அரசு – ஊடக உறவில் அது ஒரு திருப்புமுனையாக அமையும்.

காலச்சுவடு இதழ் 104, *ஆகஸ்டு* 2008

புணர்ச்சி அரசியல்

மலேசியாவின் சமீப கால நிகழ்வுகள் பற்றி இந்திய ஊடகங்களுக்கு இருக்கும் ஆர்வமின்மை கவலையளிக்கக் கூடியது. ஐரோப்பிய, அமெரிக்க ஊடகங்கள் கொண் டுள்ள கவனம்கூடத் தெற்காசிய நாடான, பல்லாயிரம் இந்தியக் குடிமக்களும் வம்சாவளியினரும் வசிக்கும் மலேசியா பற்றி இந்திய ஊடகங்களில் பொதுவாக இல்லை.

மலேசியாவின் எதிர்க்கட்சித் தலைவர் அன்வர் இப்ராஹிம் ஓரினப் புணர்ச்சியில் ஈடுபட்டதாகக் குற்றஞ் சாட்டப்பட்டுக் கைதுசெய்யப்பட்டுப் பின்னர் பிணை யில் விடுவிக்கப்பட்டுள்ளார். அன்வர் இப்ராஹிம் ஓரினப் புணர்ச்சிக்காகக் கைதுசெய்யப்படுவது இது முதல்முறை அல்ல. பத்தாண்டுகளுக்கு முன்னர் (1998இல்) துணைப் பிரதமராக, மஹாத்திரின் அமைச்சரவையில் இருந்த போது அதிகாரப் போட்டி ஏற்பட்டதை அடுத்து இக் குற்றச்சாட்டில் பதவி விலக்கப்பட்டுக் கைது செய்யப் பட்டார். நீதிமன்றம் இக்குற்றச்சாட்டிலிருந்து அவரை 2004இல் விடுவித்தது. ஆனால் ஊழல் நடவடிக்கை களுக்காக (Corrupt Practices) அவர் தேர்தலில் போட்டி யிடுவது தடைசெய்யப்பட்டிருந்தது. இந்த ஆண்டு நடை பெற்ற தேர்தலில் அவர் கட்சி முக்கிய எதிர்க்கட்சியாக, மூன்றில் ஒரு பங்குத் தொகுதிகளைப் பெறுமளவுக்கு மக்கள் ஆதரவைப் பெற்றிருந்தாலும் நீதிமன்றத் தடை காரணமாகத் தேர்தலில் அவர் நேரடியாகப் போட்டி யிட முடியவில்லை. அவர் தொகுதியில் போட்டியிட்ட அவரது மனைவியார் நீதிமன்றத் தடை இவ்வருடம் ஏப்ரல் மாதத்துடன் நீங்கியதும் தான் ராஜினாமா

செய்து அன்வர் இடைத் தேர்தலில் போட்டியிடுவார் என அறிவித்தே தேர்தலில் பங்கேற்றார். வெற்றியும் பெற்றார்.

அவர் பாராளுமன்றத்தில் பங்கேற்க இருப்பது பற்றி மலேசிய அரசு பதற்றம்கொண்டிருந்த சூழ்நிலையில் ஓரினப் புணர்ச்சிக்காக மீண்டும் கைதுசெய்யப் பட்டுள்ளமை பல கேள்விகளையும் சந்தேகங்களையும் ஏற்படுத்தியுள்ளது. 1998இல் தன்னைத் தாக்கிக் காயப்படுத்திய அதிகாரிகளுக்கு எதிராக ஊழல் எதிர்ப்புத் துறையில் சாட்சியம் அளித்துவிட்டுத் திரும்பும் போது அவர் கைதுசெய்யப்பட்டார். முதலில் அன்வர் துருக்கித் தூதரகத்தில் தஞ்சம் அடைந்தார். மலேசிய அரசு அவரது உயிருக்கு உத்தரவாதம் அளிக்கும்வரை வெளியே வரமாட் டேன் என அறிவித்தார். ஒரு நாட்டின் எதிர்க்கட்சித் தலைவர் இவ்வாறு செய்ய நேர்வது மலேசிய ஜனநாயகத்தின் லட்ச ணத்தை உலகிற்குப் புரியவைத்துள்ளது.

இதில் முக்கியமாக விவாதத்திற்குரிய செய்தி வயதுக்கு வந்தவர்களிடையிலான ஓரினப் புணர்ச்சி மலேசியச் சட்டப் படி 20 ஆண்டுகள் சிறைத் தண்டனைக்கு உரியதாக இருப்பது. இந்தியாவில் ஓரினப் புணர்ச்சியைக் குற்றமாகக் கருதும் காலனியாதிக்கக் காலகட்டத்துச் சட்டம் நீக்கப்பட வேண்டும் என்ற பலத்த கோரிக்கையும் போராட்டங்களும் நடைபெற்று வரும் காலம் இது. மத்திய சுகாதார அமைச்சர் டாக்டர் அன்புமணி ராமதாஸ் இச்சட்டம் நீக்கப்பட வேண்டும் என்று இப்போது கோரிக்கை வைத்துள்ளார். உலகின் பல நாடுகள் ஓரினத் திருமணத்தை அங்கீகரித்துவருகின்றன. எனவே இச் சட்டமே கேள்விக்குள்ளாக்கப்பட வேண்டியது. இதன் அடிப் படையில் ஒரு தேசிய அரசியலே மலேசியாவில் நடைபெறுவது வெட்கக்கேடானது.

அன்வருக்கு அமெரிக்கத் தலைவர் அல் கோர் ஆதரவு தெரிவித்தார். இந்தோனேஷியா, பிலிப்பைன்ஸ் போன்ற நாடுகள் அவருக்கு ஆதரவு அளித்துள்ளன. ஆனால் இந்தியா எதிர்வினை யாற்றவில்லை. அரசும் வெகுஜன ஊடகங்களும் மட்டுமல்ல, நமது கலகக்காரர்கள், மாற்றுப் பாலியலுக்காகக் குரல் கொடுத்த வர்களில் சிலர், இன்று மதவாத, குறுங்குழுவாத அரசியலுக்கு விலைபோய்விட்ட சூழலில், தமிழகத்தில் வெகுஜன ஊடகங் களால் மட்டுமல்ல, மாற்றுப் பண்பாட்டுச் செயல்பாட்டாளர் களாலும் புறக்கணிக்கப்பட்டுவரும் இப்பிரச்சினை கவனத் திற்கும் விவாதத்திற்கும் கண்டனத்திற்கும் உரியது.

காலச்சுவடு இதழ் 105, செப்டம்பர் 2008

அரசின் தாளமும் அசைந்தாடும் கலைஞர்களும்

1983இல் இலங்கையில் நடைபெற்ற படுகொலை களை அடுத்து, தமிழகத்தில் ஏற்பட்ட மக்கள் எழுச்சி பசுமையாக நினைவிருக்கிறது. எனது தலைமுறை தமிழகத் தில் கண்ட ஒரே எழுச்சியாக அதைக் குறிப்பிடலாம். மக்களின் உணர்வுகளுக்கு ஈடான செயலையும் சொற் களையும் வழங்க அரசியல்வாதிகள் திக்குமுக்காடிய காலகட்டம் அது. எந்தத் தூண்டுதலோ கொடுக்கல் வாங்கல்களோ இன்றிச் சாதி, மதம், வர்க்கம் கடந்த எழுச்சி அது. பள்ளிக் குழந்தைகள் முதல் அன்றாடம் காய்ச்சிகள்வரை தம்மை வருத்திக்கொண்டு ஈழத் தமிழர் களுக்கு ஆதரவும் ஆறுதலும் அளிக்கத் துடித்த காலகட்டம். ஈழம் பற்றிய முரண்பட்ட கருத்துகள் நம்மிடையே இல்லாத காலம். மத்திய அரசைச் செயல்பட, ஆட்சி யில் பங்கில்லாதபோதும் நம்மால் நிர்ப்பந்திக்க முடிந்த காலகட்டம். உழைப்பாளிகள் மதுரையில் கறுப்புக் கொடியைத் தோலில் குத்திக்கொண்டு பணிபுரிவதைப் பார்த்து ஏற்பட்ட அதிர்ச்சி நினைவிருக்கிறது.

அன்றைய எழுச்சியோடு, இன்றைய நடவடிக்கை களை ஒப்பிடும்போது தலைகுனிவே ஏற்படுகிறது. தமது நீண்ட கால நிஷ்டையை முடித்துக்கொண்டு ஈழப் பிரச்சனை தொடர்பாக இந்தியப் பொதுவுடைமைக் கட்சி எடுத்து வைத்த முதல் அடி முக்கியமானது. ராஜீவ் காந்தி மற்றும் அவரோடு இருந்த சுமார் பதினைந்து நபர்களின் படுகொலைக்குப் பிறகு தீண்டத்தகாததாக இருந்த ஈழப் பிரச்சனை – இடைப்பட்ட காலத்தில் விடுதலைப் புலிகளின் ஆதரவாளர்கள் நீங்கலாக யாரும் இதைப் பேசவுமில்லை – மீண்டும் பொதுக் களத்திற்கு

வந்தது. ஈழத் தமிழர்களின் துயரத்திற்கு ஆதரவான உணர்வுகள் – படுகொலையின் அதிர்ச்சியில் அழுந்திக் கிடந்த உணர்வுகள் – மீண்டும் இயல்பாக எழுச்சி பெற்றிருக்கக்கூடும், அரசியல்வாதி களின் சுயநல ஆட்டங்கள் குறுக்கிடாமல் இருந்திருந்தால். தாம் எதையும் இழக்காமல், எல்லாவற்றையும் இழந்து தவிக்கும் ஈழ மக்களின் இன்னல்களைச் சுரண்டித் தமது சிதைந்த பிம்பங்களுக்கு ஒப்பனையூட்டவும் தமது சிதறிய வாக்கு வங்கி களை வரும் தேர்தலுக்குள் ஒருங்கிணைத்து அதிகாரத்தை அறுவடை செய்யவும் நடைபெறும் அரசியல் நாடகங்கள் அருவருப்பானவை.

புலி ஆதரவாளர்களுக்குப் பணம் வருவதான வதந்தி பழையது. புலி எதிர்ப்பாளர்களுக்கும் இலங்கை அரசு இங்குப் பணம் கொடுத்துத் தூண்டுவதாகக் கேள்வியுற்ற செய்தி, அதிர்ச்சி களுக்கு மரத்துப்போன மனநிலையையும் கலங்க அடிக்கிறது. இங்கு ஈழத்தமிழர்கள் பெயரில் அரசால் திரட்டப்படும் நிதியும் இறுதி இலக்காகத் துன்புறும் தமிழ் மக்களைச் சென்றடையுமா என்ற கேள்விக்கு விடையில்லை.

ஈழத் தமிழர்களுக்கு அரசியல் தீர்வை வழங்க வேண்டிய கடப்பாடு தமிழக மக்களுக்கு இல்லை. அத்தீர்வை வந்தடையும் உரிமை அவர்களுக்கு மட்டுமே உரியது. அவர்களின் வாழ்விற் காகவும் மனித உரிமைகளுக்காகவும் குரல் கொடுக்கவும் போராடவும் வேண்டிய நிர்ப்பந்தம் நமக்கு உண்டு. அத்தகைய ஆத்மார்த்தமான போராட்டம் அரசைச் செயல்படத் தூண்டும் ஆற்றல் கொண்டது. மாறாக ஒரு இயக்கத்தையும் தலைவரை யும் முன்னிறுத்தி மேற்கொள்ளப்படும் ஆவேசமான பேச்சுகள் நம் எதிர்வினையின் ஒருங்கிணைவைச் சிதறடித்துச் சீரழிக்கும் என்பதைச் சமகாலம் துலக்கமாக உணர்த்துகிறது.

புலிகள்மீது நீங்காத கறையாகப் படிந்திருக்கும் ராஜீவ் காந்தி மற்றும் அவரோடிருந்த பல அப்பாவிகளின் படு கொலையை நாம் எளிதில் கடந்து செல்ல முடியாது. அது சில மனிதர்களின் படுகொலை மட்டுமல்ல. இந்திய அரசியல் வரலாற்றைத் திசை திருப்பிய ஒரு நிகழ்வு. ராஜீவ் படுகொலை செய்யப்படவில்லை என்றால் காங்கிரஸ் மீண்டும் அன்று பதவிக்கு வந்திருக்க முடியாது. நரசிம்மராவ் – மன்மோகன் சிங் ஏற்படுத்திய பொருளாதாரக் கொள்கை மாற்றங்களுக்குப் பதிலாக எதிர்க்கட்சிகளின் கூட்டாட்சி தேசத்தை வேறு திசையில் செலுத்தியிருக்கக்கூடும். இன்னொரு பிரச்சனை, புலிகளின் தலைமையில் ஈழம் ஏற்பட்டால் தமிழ்நாட்டில் பிரிவினைவாதம் தலைதூக்கும் என்ற தேசியவாதிகளின் அச்சம். இதுவும் அடிப்படையற்ற பயம் அல்ல என்பதைப் புலி

   கண்ணன்

ஆதரவாளர்களின் பேச்சுகள் உணர்த்துகின்றன. இவ்வாதங் களில் சிக்கித் திணறுவதைவிட, நமது தனிப்பட்ட அரசியல் சார்புகளை ஓரங்கட்டிவிட்டு மனித உரிமைத் தளத்தில் தமிழர் கள் ஒன்றிணைவதே ஆக்கப்பூர்வமானது. இப்பாதையில் ஈழத் தமிழர்களுக்குப் பயன் உண்டு. ஆனால், இங்கே போராடு வோருக்கு அறுவடையிருக்காது. வெஞ்சிறைசென்ற வீரத் தமிழ ராகத் தமது ஆண்மையைப் புடைத்துக்காட்ட வாய்ப்பிருக்காது.

இப்பிரச்சனைக்கு அறிவாளிகளும் எழுத்தாளர்களும் கலைஞர்களும் ஆற்றிவரும் எதிர்வினை பற்றித் தனித்துக் குறிப்பிட வேண்டும். எழுத்தாளர்கள் சமூகத்தின் மௌனங் களை ஓசைப்படுத்த வேண்டும். விழிப்புணர்வு கொண்ட ஊடகங்களின் பணியும் இத்தகையதாகவே இருக்க வேண்டும். காவேரிப் பிரச்சனை முதல் ஈழப் பிரச்சனைவரை அரசியல் வாதிகளின், ஊடகங்களின் தாளத்திற்கு அசைந்தாடுவது அறிவு ஜீவிகளின் பணி அல்ல. '96 – 97இல் நாவரசு கொலைக்குப் பிறகு இதே போன்ற ஒரு 'எழுச்சி' தமிழகத்தில் ஏற்பட்டது. ஈழத்தில் இன்றுபோல அன்றும் ஏற்பட்ட பெரும் வன்முறை, யாழ்ப்பாணத்தின் மீது இலங்கை ராணுவம் நடத்திய 'சூரியக் கதிர்—2' தாக்குதலை ஒட்டி ஏற்பட்ட மாபெரும் மக்கள் வெளியேற்றத்தின் சொல்லவொண்ணாத துயரங்கள், நமது கலைஞர்களையும் புத்திஜீவிகளையும் தொட்டசைக்கவில்லை. ஏனெனில் அன்று அது நமது ஆளும்வர்க்கத்தின் ஆமோதிப்பைப் பெறவில்லை. நமது ஊடகங்களும் அன்று மௌனம் காத்தன. நமது அரசு, பின்னர் குஜராத் படுகொலையின்போது நீதிக்கும் அநீதிக்கும் இடையில் தந்திரமான மௌனம் சாதித்தது போலவே, அன்றும் அறிதுயிலில் இருந்தது. அன்று அரசின், ஊடகங்களின் ஆமோதிப்பைப் பெற்ற பிரச்சனை நாவரசு படுகொலைக்கு எதிரான இயக்கம். அரசுக் கவிகள் கவிபாட, ஊடகங்கள் ஆர்ப்பரிக்க, 'மக்கள்' கைகோர்த்தனர்; ஊர்வலம் சென்றனர். குற்றம் நிரூபிக்கப்படாத குற்றவாளியைத் தூக்கிலிட வேண்டினர். குற்றம் சுமத்தப்பட்ட ஜான் டேவிட்டை நீதி மன்றம் விடுவித்தபோது இங்கு எந்த மறுபரிசீலனையும் நடக்க வில்லை.

அறிவுஜீவிகளின், கலைஞர்களின் இன்றைய செயல்பாடு களைச் சிறுமைப்படுத்துவதல்ல நோக்கம். மாறாக நமது பிரக்ஞைக்கு அப்பால் நாம் எவ்வாறு ஆளும் வர்க்கத்தாலும் ஊடகங்களாலும் செயலிலும் மௌனத்திலும் வழி நடத்தப் படுகிறோம் என்பதை உணர வேண்டும் என்பதே. பண்பாட் டாளர்களின் செயல்பாடுகள் ஊடகங்களையும் அதிகாரவர்க்கத் தையும் பாதிக்க வேண்டும். அவர்களது நாடகங்களில் துணை

நடிகர்களாவது கலைஞர்களின் பணி அல்ல. அதிகாரத்துடன் உறவாடுவது தவிர்க்க முடியாதது. ஆனால் அதிகாரத்தின் நெருக்கம் ஏற்படுத்தும் கிளுகிளுப்பின் ருசிக்கு அடிமைப்படுவது அறிவுஜீவிகளுக்கு இழுக்கு.

அறிவுஜீவிகள் அதிகாரத்துடன் கொள்ளவேண்டிய உறவு பற்றிய எட்வர் சையதின் கருத்துகளை இங்கு இணைத்துப் பார்ப்பது பொருத்தமானது.

அறிவுஜீவி என்பவன் பின்னொதுக்கப்பட்டவர்கள், அதிகார மையங்களில் பிரதிநிதித்துவம் மறுக்கப்பட்டவர் கள் ஆகியோரின் சார்பானவனாகவே இருப்பான் என்பதில் எனக்குச் சந்தேகமில்லை. அவன் ராபின் ஹூட் ஆக வேண்டுமா என்று சிலர் இடக்காகக் கேட்க லாம். அவ்வளவு எளிதான ஒன்றல்ல இது. வெறும் கற்பனைக் கனவாக ஒதுக்கிவிடக் கூடியதுமல்ல. அறிவு ஜீவியாக இருப்பவன் அடிப்படையில் சமாதானவாதியோ சமரசவாதியோ அல்ல. அவனுடைய உயிரோட்டமான சக்தியே விமர்சன உணர்வுதான். அந்த விமர்சன உணர்வில் எளிமையான சூத்திரங்களை அவன் புறக்கணிக்கிறான். வலுவான ஆட்சியாளர்களும் மரபுவாதிகளும் சொல்லுகிற காரியங்களுக்கும் செய்கிற செயல்களுக்கும் 'ஆமாம்' போடாமலிருக்கிறான். அவனுடைய மறுப்பு அவனுக்குள் மட்டும் ஒடுங்கிவிடுகிற வலுவற்ற ஒன்றாக இருக்கக் கூடாது. தன்னுடைய நிலைப்பாட்டைப் பொதுச் சமூகத் தின் முன் தயக்கமில்லாமல் சொல்லக்கூடியவனாக அவன் இருக்க வேண்டும்.

தமிழகத்தை உருக்குலைக்கும் பிரச்சனைகளின்போது – கொடியங்குளம், தாமிரபரணிப் படுகொலை – நமது பெரும் பான்மை அறிவுஜீவிகளின், கலைஞர்களின் மௌனத்தை வெட்கத்துடனேயே நினைத்துப்பார்க்க வேண்டியிருக்கிறது. தமிழ் அடையாளத்தினுள் செயல்படும் ஜாதிய அரசியலை அம்பலப்படுத்திவரும் மௌனங்கள் அவை.

ஈழத்தில் மட்டுமல்ல, மலேசியாவிலும் தமிழன் ஒடுக்கப் படுகிறான். மலேசியப் பிரச்சனை பற்றிய செய்திகள் உலக ஊடகங்களில் பெறும் கவனம் இந்திய ஊடகங்களில் பெற வில்லை. இந்திய ஆங்கில ஊடகங்களில் ஏற்படும் கவனம் கூடத் தமிழ் ஊடகங்களில் சுத்தமாக இல்லை. அவனுக்காகக் குரல் கொடுத்த ஹிண்ட்ராப் (Hindraf) இயக்கம் 2008 அக்டோபர் 15இல் தடை செய்யப்பட்டுள்ளது. அதன் முக்கியத் தலைவர் களுள் ஒருவரான பி. உதயகுமாரும் இன்னும் பலரும் 2007

டிசம்பர் முதல் உள்நாட்டுப் பாதுகாப்புச் சட்டத்தில் சிறையி லடைக்கப்பட்டுள்ளனர். ஹிண்ட்ராப் தலைவர் பி.வைத்திய மூர்த்தியின் எட்டு வயதுப் பள்ளி செல்லும் மகள் (உறவினர் களுடன்) பிரதம மந்திரியைத் தீபாவளித் திருநாள் நிகழ்ச்சிக்கு அழைக்க அக்டோபர் 23 அன்று அழைப்பிதழுடன் அவரது அலுவலகம் நோக்கி நடக்கையில் கைதுசெய்யப்பட்டுள்ளார்.

நமது தமிழுணர்வாளர்களையும் அரசியல்வாதிகளையும் அறிவுஜீவிகளையும் ஊடகங்களையும் இக்கொடுமைகள் அசைத்துவிடவில்லை. தாய்த் தமிழகம் அசைய நடைபெற வேண்டிய கொடுப்பினைகள் பற்றி ஹிண்ட்ராப் இன்னும் அறியவில்லையா அல்லது போதிய நிதி இன்னும் திரள வில்லையோ? ஹிண்ட்ராப் நிதி வந்தால் அப்புறம் மலேசிய அரசு பார்த்துக்கொண்டிருக்குமா? ஊடகத்தினரும் குதூகுலத் துடன் அப்போது களத்தில் பாய்ந்துவிட மாட்டார்களா? நமது அறிவுஜீவிகளும் அப்போது சும்மா இருப்பார்களா என்ன? மலேசியத் தமிழர்கள் நம்பிக்கையோடு இன்னும் சில காலம் காத்திருக்கக்கடவது!

காலச்சுவடு இதழ் 108, டிசம்பர் 2008

எல்லாவற்றையும் மறந்துவிடலாம்

'தினகரன்' அலுவலகம் தாக்கப்பட்டது 09.05.2007 அன்று. காரணம் அவர்கள் வெளியிட்ட 'கருத்துக்கணிப்பு'. அதை வெளியிட வேண்டாம் என்று கருணாநிதி மாறன் களை 'அறிவுறுத்தினார்'. அவர்கள் மீறினர். விளைவு 'தினகரன்' எரிந்தது. அதன் மூன்று ஊழியர்கள் உயிரோடு எரிக்கப் பட்டனர். பின்னர் கருணாநிதி குடும்பம் ஒன் றிணைந்து சீரும் சிறப்புமாக எல்லாச் செல்வங்களும் கிடைக்கப்பெற்று நீடூழி வாழ்கிறது.

படுகொலைத் தாக்குதலில் ஈடுபட்டவர்கள் திமுக வினர். அத்தோடு அழகிரியின் அடியாட்கள். இது பிம்பங் களாக ஊடகங்களில் பதிவான செய்தி. போலீசார் வேடிக்கை பார்த்தனர். இதுவும் ஊடகங்களில் பிம்பங் களாகப் பதிவான விஷயம். 'கலைஞரின் எச்சரிக்கையை மீறக் கூடாது என்பது மாறன்களுக்குத் தெரிந்திருக்க வேண்டும். அழகிரி திமுகவின் தவிர்க்கமுடியாத அங்கம்' என்றெல்லாம் ஆங்கில ஊடகங்களில் விளக்கமளித்தார் 'அருட்தந்தை' ஜெகத் கஸ்பர். 'தினகரன்' தாக்கப்படு வதற்கான சமிக்ஞை திமுக மேலிடத்திலிருந்தே அழகிரிக் குக் கிடைத்திருக்கலாம் என்பது இங்கே உட்குறிப்பு. தன் அண்ணன் அழகிரி அன்பான மனிதர், குற்றமற்ற வர் எனக் கவிதை, இசை இன்னபிற நுண்கலைகளிலும் இலக்கியத்திலும் ரசனை மிகுந்த பண்பாளர், 'பெண் பெரியார்' கனிமொழி கருணாநிதி முன்னரே அறிவித் திருந்தார். இலக்கியவாதிகளின் தீர்க்கதரிசனம் பலிக்கும். பலித்துவிட்டது. தீர்ப்பு வந்துவிட்டது. நீதி உரைக்கப் பட்டு விட்டது. அனைவருக்கும் விடுதலை!

இந்தப் படுகொலைக்கான காரணம் எளிமையானது. கருத்துக்கணிப்பில் அழகிரி, கனிமொழியின் 'பலம்' குறைத்து மதிப்பிடப்பட்டுவிட்டது. நேர்மையும் ஜனநாயகமும் சமத்துவ மும் தழைக்கும் அமைதிப் பூங்காவான தமிழகத்தில் ஒரு இட்டுக்கட்டிய கருத்துக்கணிப்பைச் சகித்துக் கொள்ளலாமா? எந்த ஒரு அநீதிக்கும் எதிராகப் போராட வேண்டாமா? போராடினார்கள். மூவர் உயிரோடு எரியப் போராடினார் கள். போராட்டத்தில் வென்றார்கள். மாறன்கள் முதலில் தண்டிக்கப்பட்டார்கள். பிறகு பாவமன்னிக்கப்பட்டார்கள். அவர்கள் மனிதர்கள். பாவமன்னிப்பு உண்டு. தெரு நாய்களுக்கு ஏது? அவை கருகி இறந்தன.

அரசியலில் எந்தப் பிணமும் அதிகார அறுவடை இன்றி அடங்காது. இந்தப் படுகொலைக்குப் பிறகுதான் தெற்கில் கட்சியின் அடாவடியாகப் பார்க்கப்பட்ட அழகிரி மத்திய அமைச்சராகும் பயணம் தொடங்கியது. படுகொலையன்று கனிமொழி கருணாநிதி கட்சியின் அடிப்படை உறுப்பினர் அல்ல. படுகொலை நடந்து சுமார் ஒரு மாதக் காலத்தில் அவர் திமுகவின் மாநிலங்களவை உறுப்பினர். இன்று மத்திய அமைச்சர் பதவியை அமைச்சராகமலேயே 'தியாகம்' செய்து சுடர்விடும் நம் வருங்கால நம்பிக்கை.

'சந்தையில் அடித்ததற்குச் சாட்சி எதற்கு' என்பார்கள். நீதியும் சார்பின்மையும் நடுநிலையும் ததும்பும் ஜனநாயகத் தின் தூணான நமது நீதியமைப்பில் சாட்சிகள் தேவைப்பட் டன. சாட்சிகளோ எல்லாவற்றையும் மறந்துவிட்டார்கள். கனம் நீதிபதி அவர்களின் விரிவான தீர்ப்பு இன்னும் வெளிவர வில்லை. இவ்வாறு தீர்ப்பை ஒத்திவைப்பது வழக்கமல்ல. மதுரையில் அண்ணன் என்றால் எல்லாமே வழக்கம் பிறழும். குற்றஞ்சாட்டப்பட்ட 17 பேரும் விடுதலை செய்யப்பட்டுள் ளார்கள். 'தினகரன்' அலுவலகம் எரிக்கப்படவே இல்லை!

'தினகரன்' உட்படப் பெரும்பான்மையான தமிழ் ஊடகங் களில் குற்றவாளிகள் அனைவரும் விடுவிக்கப்பட்ட செய்தி வெளிவரவே இல்லை. நாம் கண்ணால் கண்டதும் பொய், காதால் கேட்பதும் பொய். நீதிமன்றம் தீர விசாரித்து அறிந்ததே மெய். இந்த மகத்தான தீர்ப்பை ஆங்கில நாளிதழ்களில் படிக்கக் கிடைத்த பெருநாள் 'உலக மனித உரிமை' நாள். முதலமைச்சர் 'மனித உரிமை காப்போம்!' என அறிக்கை விட்டிருந்தார். அவசியம் காப்பார். எப்பேர்ப்பட்ட பாசறைகளிலிருந்து உருவாகி வந்தவர்!

எல்லாமே இங்கு இப்படித்தான். நாம் என்ன செய்துவிட முடியும்? நாம் இலக்கியம் படைப்போம். நூல் வெளியிடுவோம். வாசிப்பு நிகழ்த்துவோம். நேர்காணல் செய்வோம். கலைக் கண்காட்சிகள் நடத்துவோம். கவிதைகளைப் போற்றுவோம். (கவிதை வேறு, அரசியல் வேறு அல்லவா?) கலையின் அழகிய லையும் அறத்தையும் அதிகாரத்தின்மீது அரிதாரமாகப் பூசு வோம். ஒப்பனையிலும் தளுக்கிலும் சொக்கி நிற்போம். கலை யின் உலகு லகரி நிரம்பியது. படுகொலையின் கலை(த)யை மறந்துவிடலாம்.

'விடுதலை'க்கு வணக்கம்
'அமைதி'க்கு வணக்கம்
ஜனநாயகத்துக்கு வணக்கம்
மனிதத்துக்குக் கண்ணீர் அஞ்சலி
பேச்சுச் சுதந்திரத்திற்கு இரத்த அஞ்சலி
எழுத்துச் சுதந்திரத்திற்கு வீர அஞ்சலி.

(சேரனின் 'உயிர் பிடுங்கிகளின் காலம்'
கவிதையின் முதல் வரிகள்)

காலச்சுவடு இதழ் 121, ஜனவரி 2010

தலித் : அடையாளம், கவசம்

ஒடுக்கப்பட்ட, தீண்டத்தகாதவராகக் கருதப்பட்ட மக்களின் விடுதலைக்காக உருவாக்கப்பட்ட 'தலித்' என்னும் அடையாளம் இன்று நெருக்கடிக்கு உள்ளாகி யிருக்கிறது. தலித் அடையாளம் சார்ந்த போராட்டத் தின் வழி பல உயர்மட்டப் பதவிகளை வந்தடைந்த தலித் ஆளுமைகளில் ஒரு சிலர் ஊழல் குற்றச்சாட்டு களுக்கு உள்ளாகியுள்ளனர். நீதிபதி தினகரன், தாழ்த்தப் பட்டோர் நலத் தேசிய ஆணையத்தின் தலைவர் பூட்டா சிங், மத்திய அமைச்சர் ஆ.ராசா ஆகியோர் சில உதாரணங்கள். இவர்கள்மீதான குற்றச்சாட்டுகளுக்கு எதிர்வினையாக அவர்கள் 'தலித்' என்பதாலேயே இவ் வாறு குற்றஞ்சாட்டப்படுவதாக மறுப்பும் அளிக்கப்படு கிறது. சமூக நீதி அரசியல் தாக்கத்தின் வழி உயர்நிலையை வந்தடையும் தலித்துகள் சார்ந்து பல நெருக்கடிகள், குழப்பங்கள், சார்புகள், வெறுப்புகள் பொதுச் சமூகத்தில் உள்ளன. இவை எல்லாத் தளங்களிலும் வெளிப்படவும் செய்கின்றன. ஊடகங்களும் இதற்கு விதிவிலக்கு அல்ல.

காலச்சுவடில் (இதழ் 120, டிசம்பர் 2009) மொழி பெயர்க்கப்பட்டு வெளிவந்த ஆ.ராசா மீதான ஊழல் குற்றச்சாட்டுகள் பற்றிய 'இரண்டாம் தலைமுறை ஊழல்' என்னும் கட்டுரையின் ஆங்கில வடிவத்தைப் படித்துப் பார்த்தபோது அதில் ஆ.ராசாவைப் பற்றிய முதல் குறிப்பிலேயே திமுகவைச் சேர்ந்த 'தலித்' அமைச்சர் எனக் குறிப்பிட்டிருந்தது உறுத்தியது. இந்தியாவில்

பெரும்பான்மைச் சமூகத்தினர் இவ்வாறு தனித்து அடை
யாளப்படுத்தப்படுவதில்லை. கட்டுரையாளரின் தடுமாற்றம்
இங்கு வெளிப்படுவதாகவே நினைத்தேன். ஆனால் அதையும்
மீறி வரலாறு காணாத இந்தப் பெரும் ஊழல் குற்றச்சாட்டுப்
பற்றிய ஆழமான அந்த ஆய்வை வெளியிடுவது முக்கியமாகத்
தோன்றியது. இதுபோல இன்னும் பல உதாரணங்களைப்
பல்வேறு ஊடகப் பதிவுகளிலிருந்து சுட்டமுடியும். ஆனால்
ஆதாரப்பூர்வமான ஊழல் குற்றச்சாட்டுகள்மீதான விசாரணை
களைத் தடைசெய்ய 'தலித்' என்ற அடையாளம் துஷ்பிர
யோகிக்கப்படும்போது அது ஊழலுக்குக் கவசமாகிறது. இங்கு
விடுதலைக்கான அடையாளம் கடும் சேதமுறுகிறது.

ஆ. ராசா விவகாரத்தில் அவர்மீதான பல ஆதாரப்பூர்வ
மான குற்றச்சாட்டுகளை மறுக்க அவர் தலித் அமைச்சர்
என்பதாலேயே எதிர்க்கட்சியினரும் ஊடகங்களும் அவரைத்
தாக்குவதாக முன்வைப்பது திமுக எனும் குடும்பக் கட்சியின்
நிலைப்பாடாக உள்ளது. இன்றைய அரசியல் கட்சிகள் தனியார்
கம்பனிகளைப்போலவே அதிகமும் செயல்படுகின்றன. இதில்
லாபம் என்பது ஊழல் வழி உருவாக்கப்படுவது. ஆக ஊழலின்
நுகர்வு இங்கு எந்தத் தனிநபருக்கும் உரியது அல்ல. இன்றைய
அரசியல் கட்சிகள் பலவும் சில பெருங்குடும்பங்களின் கட்டுப்
பாட்டில் இருப்பவை என்பதைப் பார்க்கும்போது, கட்சி
என்பது குடும்பத்தின் நீட்சியாக இருக்கும்போது, ஊழலைப்
பாதுகாப்பது குடும்பக் கடமையாகிறது. இவர்கள் தலித்
அமைச்சர்களுக்கு 'தலித்' என்னும் அடையாளத்தை ஊழலுக்குக்
கவசமாக அணிவிக்கும் செயல் சற்று ஆழ்ந்து பார்க்கப்பட
வேண்டியது.

'தலித்' என்னும் விடுதலையின் அடையாளம் ஒரு நூற்
றாண்டிற்கும் மேற்பட்ட ஒடுக்கப்பட்ட மக்களின் போராட்
டம், தியாகம், படுகொலை வழி உருவானது. இந்தப் பயணத்தில்
இந்த அரசியல் குடும்பங்களின் பங்களிப்பு இல்லை. மாறாக
'தலித்' என்பது தவிர்க்க முடியாத அடையாளமாக, அதிகார
மாக உருவாகும் காலம்வரை அதைக் கீழறுக்க முயல்வதே
இவர்கள் செயல்பாடாக இருந்துள்ளது. இன்று ஊழலில்
கிடைக்கும் பங்கிற்காகவும் விசாரணைக்குத் தடையாகவும்
'தலித்' அடையாளத்தை இவர்கள் பிரயோகிக்க முயல்வதை
ஒடுக்கப்பட்ட மக்களின் விடுதலைக்கான அடையாளத்தைச்
சுயலாபத்திற்காகச் சுரண்டுவதாகவே பார்க்க வேண்டும்.
தலித் அமைச்சரின் ஊழலில் பங்கு கிடைக்கும்வரை தலித்

மக்கள் பற்றிய இவர்களின் மன அவசத்திற்கு வேறு உதாரணங் களை எவ்வளவு தேடினாலும் கிடைக்காது. தலித் அடை யாளத்தை முன்னிறுத்திய சில அரசியல் சக்திகளை இந்தக் குடும்பங்கள் குழைந்து, காலில் விழுந்து, மண்டியிடும் சின்னங் களாக மாற்றியிருப்பதையும் இத்தோடு இணைத்துப் பார்க்க வேண்டும்.

தலித் அடையாளத்தை ஊழலில் புதைக்கும் அரசியலி லிருந்து மீட்பது இன்று ஒடுக்கப்பட்ட மக்கள் முன்னிற்கும் சவால்.

காலச்சுவடு இதழ் 122, பிப்ரவரி 2010